भटकंती , सुरुवात एका प्रवासाची (पर्व पहिले)

विनित राजाराम धनावडे

ISBN 979-888521938-9

अनुक्रमणिका

1. भटकंती...सुरुवात एका प्रवासाची   1

१

भटकंती...सुरुवात एका प्रवासाची

आकाशला जेव्हा जाग आली, तेव्हा नूकताच पाऊस पडून गेला होता... हलकीशी सर असावी ती. थंडावा होता हवेत. वारा वाहत होता, त्यात पावसाचे थेंब मिसळून, घुसळून एक वेगळंच वातावरण तयार झालं होतं. त्या थंड वाऱ्याच्या झोतानेच त्याला जाग आली होती. आकाश त्याच्या तंबू मधेच पहुडला होता. डोळे उघडले आणि तंबू मधून डोकं बाहेर काढलं. छान वारा सुटला होता. प्रसन्न वातावरण अगदी, तसाच डोळे चोळत बाहेर आला. अंग आळोखे - पिळोखे देत वाकडं-तिकडं करत आळस दिला. घड्याळात पाहिलं तर सकाळचे ७.३० वाजत होते. तरीही अजून सूर्य देवाचे आगमन झाले नव्हते. आकाश तंबू पासून जरा पुढे आला. आजूबाजूला बघू लागला.

समोरच्या डोंगरावर राजमाची पुन्हा जोरदार पावसाच्या तयारीत गुंतून गेली होती. नुकताच पडून गेलेला पाऊस जणूकाही सांगून गेला होता, तयारीत राहा, जोरदार येतो आहे पुन्हा. त्या बाजूचा सर्व परिसर धुक्यात हरवून गेला होता. जसं काही पांढऱ्या शुभ्र रंगाची शालच पांघरली होती तिथे..... तीनच रंग होते त्या परिसरात, आभाळाचा काळसर रंग, धुक्याचा शुभ्र रंग आणि राजमाचीचा करडा हिरवट रंग.... किती छान दृश्य होतं ते. आकाश पुन्हा तंबूत आला. त्याने त्याचा कॅमेरा उचलला. आणि पटापट ३-४ फोटो काढून घेतले. शहरात कुठे दिसते असं दृश्य,बरोबर ना...

५ - १० मिनिटं आकाश ते सर्व पाहत होता. समोरच वातावरण अधिक गडद होऊ लागलं होतं. राजमाची तर आता जवळपास दिसेनाशी झाली होती. बोचरा वारा सुरु झाला.शहारलं अंग आकाशचं. पावसाची चाहूल होती ती. आजूबाजूला नजर फिरवली असता चोहोबाजूनी हत्तीच्या आकाराचे मेघ जमा होतं होते. त्यांचा रंगही हत्ती सारखाच काळा, सोबतीला वारा होताच. मधेच एखादी पांढरी शुभ्र लकेर ढगांमध्ये चमकून जायची. विजेचा आवाज अस्पष्ट असा असायचा. थोडावेळ असाच शांततेत गेला. कूठेतरी दूर असा एखादा पक्षी उगाचच

ओरडायचा, थोड्यावेळाने त्यांचा आवाज ऐकून त्याला प्रतिसाद देयाचा कोणीतरी. आकाश ते सर्व मनात भरून घेत होता. अचानक प्रचंड थंड वाऱ्याचा झोत आकाश कडे झेपावला. गारठून गेला आकाश अगदी. पावसाची नांदी होती ती. दूरवरून येणारा पाऊस आकाश बघत होता. काही क्षणात तो आपल्यापर्यंत पोहोचेल हे आकाश जाणून होता. पट्कन एक फोटो काढला आणि कॅमेरा पावसापासून वाचवण्यासाठी त्याच्या तंबूत शिरला.

पावसाची धुवांधार बॅटिंग सुरू झाली. हत्तीचं जणूकाही त्यांच्या सोंडेतून सर्व ठिकाणी पाणी ओतत होते. मधेच एखादी वीज चमकून आपलं अस्तित्व स्पष्ट दाखवून जात होती. सर्व धरित्री चिंब होत होती. समोर राजमाची अक्षरशः स्नान करत होती. तो निसर्गरम्य सोहळा आकाश डोळे भरून बघत होता. छान वातावरण अगदी...... तास-दीड तास तो सोहळा चालू होता. त्यानंतर हळूहळू सूर्यदेवाचे दर्शन होऊ लागले तसा पाऊस आता जाईल असा अंदाज आकाशने लावला. तसे झाले सुद्धा. १० - १५ मिनिटात पाऊस थांबला. आकाश पुन्हा तंबूच्या बाहेर आला. आभाळ बऱ्यापैकी मोकळं झालं होतं. सूर्यदेव त्यांच्या कामाला लागले होते. आजूबाजूचा सर्व परिसर धुवून गेला होता. समोरची राजमाची हिरव्या रंगाने नटली होती. किती उजळून दिसत होती आता ती. धुकं सुद्धा आता विरळ होतं होता. पायथ्याशी असलेली गावं आता दिसू लागली होती. आकाशने त्याच सामान , तंबू पुन्हा बांधायला घेतला. निघायची वेळ झाली ना. सामान बांधून झालं, त्याने घड्याळात पाहिलं, सकाळचे ९.३० वाजलेले. तरी पायथ्याशी असलेली गावं अजून सुस्तावलेली भासत होती. मधेच एखादा पक्षी उगाचच केकाटत जात होता. आकाशने त्याची सॅक पाठीवर लावली. पुन्हा एकदा वारा वाहू लागला होता. आकाशचे पाय निघत नव्हते. , तरी काय करणार ना... पुन्हा जावे लागेल शहरात. एकवार त्याने राजमाची कडे नजर टाकली आणि परतीच्या प्रवासाला लागला.

आकाश एका मॅगझीन साठी फोटो काढायचा. तो एक professional photographer होता आणि traveler सुद्धा. भटकंती करायला खूप आवडायची त्याला. त्याने काढलेले फोटो तर किती फेमस होते. कितीतरी पुरस्कार मिळाले होते त्याला. ते मॅगझीन सुद्धा त्याने काढलेल्या फोटोज वर चालायचे जणूकाही. कारण बहुतेक लोकं आकाशने काढलेल्या फोटो साठीच ते मॅगझीन विकत घेयाचे. खूप फॅन्स होते त्याचे. एवढे छान फोटो क्लीक करायचा आकाश.

पण एक होतं त्याचं. तो कधीच समोर यायचा नाही. एवढे फॅन्स होते त्याचे, पण एकानेही त्याला पाहिलं नव्हतं किंवा त्याचा फोटो बघितला होता. फेसबूक वर त्याने एक फोटो टाकायचा बाकी, धडाधड कमेंट्स, likes चा नुसता पाऊस पडायचा. तरीही FB वर त्याचा स्वतःचा असा एक फोटो नव्हता. एवढे पुरस्कार त्याला मिळालेले, तरी एकदाही तो स्वतः पुरस्कार घेण्यासाठी गेला नाही किंवा सोहळ्याला हजेरी लावली नव्हती. अलिप्त रहायचा.

त्याला त्याचे घरचे आणि ऑफिस मधले.... एवढेच काय ते जवळचे, निदान मानवाच्या वस्तीतले तरी. घरीसुद्धा परिस्तिथी छान अशी. आई-वडील सरकारी नोकरीत. मोठया भावाचा बिझनेस. त्यामुळे आकाशला तशी काम करायची गरजच नाही. आई-वडिलांनी सुद्धा बिझनेस मध्ये लक्ष देयाला सांगितलेले. पण त्याचं मन रमायचं नाही त्यात. त्याला निसर्गच आवडायचा. त्याचे मित्र सुद्धा तेच, झाडं-पशु-पक्षी... निसर्ग. त्याचं निसर्ग हेच पहिलं प्रेम.... त्याला जणू काही माणसांचा तिटकारा होता. पण कधी गरजूला लगेच मदत करायला जायचा पुढे. फोटोग्राफीची आवड कधी पासून लागली ते माहित नाही. पण तो स्वतःच शिकला ते कसब आणि वर्षांच्या अनुभवाने त्याची फोटोग्राफी एवढी सुधारली. तो त्याच्या घरी सुद्धा राहायचा नाही. ऑफिस मध्ये ही क्वचित दिसायचा. त्याचं सगळं सामान एका मोठया सॅक मध्ये भरून ठेवलं होतं त्याने. ती सॅक घेऊनच कूठे कूठे फिरत बसायचा एकटाच. वाटेल तिथे जाऊन राहायचा. बहुतेक वेळेस तो राना-वनात, दऱ्या-खोऱ्यात फिरत राहायचा आणि फोटोग्राफी करत रहायचा. महिन्यात २ - ३ दिवस ऑफिसमध्ये यायचा, काढलेले फोटोज वर काम करून ते प्रसिद्ध करण्यासाठी मॅगजीन कडे देऊन टाकायचा. त्याची सॅलरी जमा झाली का ते बघायचा, पाहिजे तेवढे पैसे काढून पुन्हा प्रवासाला निघायचा.

"ओ काका.... इसको जरा दो पुरी जादा देना... दो दिन से इसने कूच खाया नही .... " सुप्री , त्या पाणीपुरी देणाऱ्या माणसाला बोलली. त्याच्या चेहऱ्यावर प्रश्नचिन्ह, तरी त्याने दोन पाणीपुरी जास्तच दिल्या संजनाला.

" काका, आता हिला दिला तसं मला पण द्या ना.... मी पण दोन दिवस जेवली नाही आहे." सुप्री एकदम काकुळतीने बघत म्हणाली. तसा तो हसला. पाणीपुरी खाणारे सगळेच हसू लागले. extra पाणीपुरी दिली त्याने, वर बोलला देखील." तुम दोनो तो खाते-पिते घर कि लागती हो... दो दिन तो बहुत होते है, मुझे पता था तुम्ह मजाक कर रही हो, मैने ऐसे हि देदी... हमेशा हसते रहना.... " संजना ने छानशी smile दिली आणि दोघी संजनाच्या scooty वर बसून निघाल्या.

" काय ग खुळे.... काय बोललीस त्याला, मी जेवली नाही दोन दिवस... कुठल्या अँगलने वाटते तरी का मी तशी.... पागल. " संजना सुप्रीला म्हणाली. "अगं... पण दोन-दोन extra पाणीपुरी तर भेटल्या ना... " सुप्री डोळा मारत म्हणाली. " तू पण ना खरंच... कधीतरी मार खायाला लावणार आहेस, तुला पण आणि मला पण." संजना scooty चालवत म्हणाली.

संजना आणि सुप्री.... म्हणजेच सुप्रिया... दोघी शाळेपासूनच्या मैत्रीणी. दोघींचा स्वभाव सुद्धा जवळपास सारखाच. मध्यम शरीरयष्टी, उंचीही जवळपास सारखी . दिसायला जरा वेगळ्या होत्या दोघी. संजना जरा सावळी होती. सुप्रिया बऱ्यापैकी गोरी होती. सुप्री नुसतीच हसत राहायची, काहीही कारण काढून... संजना सुद्धा हसरी होती, पण उगाचच हसत

राहायची नाही. दोघी लहानपणापासून एकत्र असल्या तरी खूप वेळा भांडण सुद्धा झाली होती. अगदी टोकाची भांडण. तरीसुद्धा त्या अजूनही सोबत होत्या. संजना तिला "सुप्री" बोलायची. पण सुप्रियाचे एक काही धड नव्हतं. कधी संज्या तर कधी संजू बोलायची.... असो, कोणत्या नात्याने त्या अजून सोबत होत्या , ते त्यांच्या घरी सुद्धा कळत नव्हतं. फारच कौतुक होतं दोघींचं. शाळेत एकत्र, कॉलेज एकत्र आणि आता जॉबला सुद्धा एकत्र होत्या. सकाळ झाली कि जॉबला जायचे आणि संध्याकाळ झाली कि फिरायला जायचं हेच होता त्यांचं आयुष्य. दोघींचं विश्व फक्त. त्यात तिसऱ्या कोणाला प्रवेश नव्हता, अजिबात नाही.

पावसाळा सुरू झालेला. या दोघीना खूप आवडायचा पाऊस, त्यात भिजायला तर किती आवडायचं. विशेष करून सुप्रीला, पावसाळ्यात तर दर रविवारी या दोघींच्या पिकनिक ठरलेल्या. कधी ऑफिसच्या ग्रुप बरोबर, तर कधी त्यांच्या मित्र-मैत्रिणी सोबत, कधी फॅमिली सोबत आणि तसंच कोणी भेटलं नाही तर दोघीच जायच्या भिजायला. दोघीना एकमेकांशिवाय करमायचे नाही. अशीच त्यांची मैत्री होती, अतूट अशी. पण यंदाच्या पावसात काहीतरी वेगळं होणार होतं.

पावसाचे दिवस, त्यात रस्तावर पाणी साचलेलं. संजनाला scooty वर असताना मुद्दाम पाण्यातून गाडी घेऊन जायची सवय. उडणारे पाणी बघून तिला वेगळाच आनंद मिळायचं. त्यात सुप्री मागे असली कि विचारूच नका. ती संजनाला बरोबर सांगायची कि कुठे पाणी साचलेलं आहे ते, मग काय.... संजना गाडी वळवायची तिथे... हा पण ,ते पाणी लोकांवर उडणार नाही याची काळजी मात्र दोघी घ्यायच्या.

त्यादिवशी तसंच झालं.... रस्ता बऱ्यापैकी रिकामा होता. दोघी ऑफिसला निघाल्या होत्या scooty वरून. समोर रस्त्यावर पाणी साचलेलं. perfect scene एकदम. मग काय , निघाल्या दोघी सुसाट. भुर्रकन पाणी उडवलं. त्याचदिवशी, आकाश शहरात आलेला. तो काम करत असलेल्या मॅगझीनचे एक नवीन ऑफिस उघडले होते, ते बघण्यासाठी आकाश निघाला होता, नेमका त्याचं रस्त्याने. संजनाने पाणी उडवायला आणि आकाश समोर यायला एकचं वेळ झाली. आकाशने पटकन कॅमेरा मागे घेतला. तरीही स्वतःला त्या चिखलापासून वाचवू शकला नाही. चिखलाची एक छानपैकी नक्षी त्याच्या शर्ट आणि जीन्स वर दिसत होती आता. कॅमेरा थोडक्यात बचावला, तरीही थोडासा चिख्खल लागला कॅमेराला. संजनाला कळलं ते. तिने गाडी थांबवली. पण मागे बघायची हिंमत होत नव्हती. सुप्रीने, आकाशकडे बघत लगेच एक smile दिली. " sorry uncle..... " म्हणाली, संजनाला scooty चालू करायला सांगितलं आणि दोघी पटकन नजरेआड झाल्या. आकाश त्या दोघींकडे पाहत होता. त्यांच्यावर तरी काय रागवायचे. माणूस जातंच अशी असते, दुसऱ्यांना त्रास देयाचा फक्त आणि त्रास झालेला पाहून हसायचं. आकाश मनातल्या मनात म्हणाला. त्याला कुठे भावना होत्या. राग तर कधी यायचा नाही त्याला. कधी कधीच हसायचा. ते

सुद्धा एखाद्या पक्षाचा आवाज ऐकून. त्या दोघी निघून गेल्या, तसा त्याने मागे लपवलेला कॅमेरा बाहेर काढला. हलकासा लागलेला चिख्खल पुसला. कपडे जरा झटकले आणि निघाला.

"काय गं मंद.... सांगता येत नाही का , म्हणे कोण नाही रस्त्यावर... तो काय भूत होता का मग... " संजना रागातच म्हणाली सुप्रीला.

" अरे... हे बरं आहे , तुझ्या बदली मी बोलली ना सॉरी त्याला... ",

" आणि तो काय अंकल होता का.... सॉरि अंकल बोललीस ते. एकतर चिख्खल उडवला, त्यात त्याला अंकल म्हणालीस... दोनदा अपमान केल्यासारखं झालं ते.... " संजना scooty थांबवत म्हणाली.

" हा... ओरड आता मलाच.. गरीब आहे ना मी,..... गरीब लोकांना सगळेच ओरडत असतात. ओरडा तुम्ही श्रीमंत लोकं... " सुप्री तोंड एवढंसं करत म्हणाली.

" ये नौटंकी.... झाली नाटकं सुरु परत.... चल जायचे नाही का ऑफिसला.... नाहीतर सर येतील. " सरांचे नावं ऐकताच सुप्री पटकन scooty वरून उतरली आणि दोघी झटपट ऑफिस मध्ये आल्या.

दोघीनी त्यांचे computer चालू केलेच होते, तेवढ्यात ऑफिस मध्ये एकाने announcement केली." एक मिनिट... जरा सगळ्यांनी लक्ष द्या इकडे.... आपल्या ऑफिसच्या मजल्यावर, कोपऱ्यात एका मॅगझीनच्या ऑफिसचे उद्घाटन होत आहे. तर त्यांनी आपल्या सर्वांना आमंत्रण दिलं आहे. बॉसची permission मिळाली आहे. सगळ्यांनी आता तिथेच चला, ते आपली वाट बघत आहेत. चला लवकर. " तसे सगळे उठले.

" चला... आजच्या नाश्त्याची सोय झाली." सुप्री संजनाला बोलली. ते आजूबाजूच्या लोकांनी सुद्धा ऐकलं. सगळेच हसायला लागले.

" गप्प गं येडे.... म्हणून तुला कूठे घेऊन जात नाही मी ." संजना पुढे काही बोलणार, इतक्यात तिचं लक्ष मॅगझीनच्या नावाकडे गेलं." wild india " .... "सुप्री... नावं बघ मॅगझीनचं... " सुप्रीने नावं बघितलं आणि मोठ्याने ओरडली. " Wow !!!!!!! " अचानक झालेल्या आवाजाने सगळे तिच्याकडे बघू लागले.

" काय झालं ? काय झालं ? " सगळे विचारत होते.

" अरे.. तुम्हा कोणाला माहित नाही का.... हे मॅगझीन... "आकाश", त्याची फोटोग्राफी... आठवलं का... " तेव्हा लक्षात आलं सगळ्यांच्या. आकाशला कोण ओळखायचे नाही. .... निदान त्याने काढलेल्या फोटोज वरून तरी. अर्थात त्याला कोणी पाहिलं नव्हतं. आजतरी आकाशला बघायला मिळेल, याची उत्सुकता लागली सगळ्यांना.

एव्हाना सगळे जमले होते, उद्घाटनासाठी. तरीही काही सुरु होतं नव्हतं. सुप्रीला भूक लागली होती. तीच पुढे जाऊन बोलली.

" ओ काका, कोणाची वाट बघत आहेत. नाहीतर ते थंड होईल ना नास्ता... मग बरोबर नाही लागतं थंड थंड..... " तसा तो हसला आणि म्हणाला. " आमच्या मोठया ऑफिस मधून एक जण येणार आहे. तो आला कि सुरु करू. " त्याने आकाशचे नावं घेणे मुद्दाम टाळलं.

१० मिनिटे गेली असतील. मागून एक जण पुढे आला. केस विस्कटलेले, वाढलेली दाढी, पाठीवर मोठी सॅक, गळ्यात कॅमेरा आणि अंगावर घातलेल्या कपड्यांवर चिख्खल.... सगळ्याचे लक्ष त्याच्याकडेच गेलं.

" माझ्यासाठी थांबायची काही गरज नव्हती सर... तुम्ही सुरु करा. " आपण ज्या माणसाला नास्ताचे विचारलं, तो त्या मॅगझीनचा बॉस होता ते सुप्रीला कळलं. तशी ती जराशी मागे झाली. " अरे !! काय हे... अंगावर चिख्खल कसा उडाला.... " तोपर्यंत आकाशची नजर सुप्रीकडे गेली होती. त्याने तिला लगेच ओळखलं. " काही नाही सर, शहरात आलं कि होतंच असं... " उद्घाटन झालं आणि सगळे नास्ता करायला गेले.

" श्शी !!! काय ते ध्यान त्या माणसाचे... " संजना म्हणाली.

" मॅडम, ते ध्यान आपल्यामुळेच झालं आहे... आठवला का मघाचचा अंकल...

" संजनाची ट्यूब पट्कन पेटली. सुप्रीला न सांगताच उलट पावली निघून आली. आकाश वॉशरूम मध्ये जाऊन कपडे स्वच्छ करून आला.

सुप्री सगळ ऑफिस बघत होती. फोटोज सगळेच छान होते, specially आकाशने काढलेले फोटो...... जमलेले सगळेच ते फोटो बघत होते. सुप्रीचं लक्ष फोटो वरून एका कोपऱ्यात गेलं. आकाश आपला कॅमेरा चेक करत होता. सुप्री त्याच्या जवळ गेली.

" पुन्हा एकदा सॉरी... " आकाशने सुप्रीकडे फक्त एकदाच पाहिलं... आणि पुन्हा कॅमेरा साफ करू लागला.

" नास्ता नाही करत का तुम्ही... थंड होईल मग, already तुमच्यामुळे उशीर झालेला .... " सुप्री बोलता बोलता थांबली. आकाशची काहीच reaction नाही. तो शांतपणे कॅमेऱ्यावर उडालेला चिख्खल साफ करत होता. सुप्रीला काहीतरी विचारायचे होते. चुळबुळ चुळबुळ चालू होती तिची. त्यात आकाश काहीच बोलत नव्हता. पुन्हा विचारलं तिने.

" तुम्ही कॅमेरामन आहेत का.... सॉरी... सॉरी, फोटोग्राफर आहात का... ",

"हो" आकाश बोलला शेवटी...

" अरे व्वा !!!! म्हणजे तुम्ही आकाशला नक्की ओळखत असणार ना... " त्यावर तो सुप्रीकडे बघायला लागला. "म्हणजे...... हे फोटो त्यानेच काढेल आहेत ना म्हणून.... कसला भारी फोटो काढतो ना तो... भारीच आहे एकदम तो..." आकाशला जरा गंमत वाटली. त्याने चेहऱ्यावर तसं दाखवलं नाही.

" तुम्ही पाहिलं आहे का त्याला.... " आकाश चा पहिला प्रश्न...

" तसं पाहिलं नाही कधी.... पण एवढे छान फोटो काढणारा पण छानच असेल ना..... म्हणून विचारलं तुम्हाला कि कधी पाहिलं आहेत का त्याला, I mean रोजच भेटत असेल ना तुम्हाला... " आकाशने नकारार्थी मान हलवली आणि कॅमेराकडे लक्ष दिलं. सुप्रीचा नास्ता

संपला होता. तिच्या ऑफिस मधले कर्मचारी आता माघारी त्यांच्या ऑफिसमध्ये गेले सुद्धा. तशी सुप्री निघाली. परत थांबली.

" excuse me..... तुमचे नावं नाही सांगितले तुम्ही.... एवढा वेळ बोलत होतो आपण, नावं राहिलं कि राव... माझं नावं सुप्रिया... पण सगळे "सुप्री" च बोलतात. तुमचं नावं काय... " सुप्रीने हात पुढे केला.

" ..... अंकल.... " आकाशने डोकं वर न करताच उत्तर दिलं. पुढे केलेला हात सुप्रीने तिच्याच डोक्यावरून फिरवला. आकाशकडे जीभ बाहेर काढून दाखवली आणि निघून गेली.

आकाशचे सर आता त्याच्याजवळ आले. " काय मग... कसं वाटलं नवीन ऑफिस..... आकाश... ",

"ठीक आहे... तसं पण मला कूठे आवडते शहरात..... त्यामुळे आहे ते चांगलंच असणार ना माझ्यासाठी... , बरं... काही फोटोज आणले आहेत, ते पाठवून देतो... ",

"चालेल. आणि किती दिवस आहेस आता इकडे... ",

"बहुतेक हा आठवडा आहे मी, काल घरी जाऊन आलो तर आईची तब्येत ठीक नाही... त्यासाठी थांबतो आहे.... या ऑफिसमध्ये आलं तर चालेल ना आठवडाभर.... ",

" तू कूठेही कामं करत बस.... दोन्ही ऑफिस मध्ये तुझं स्वागतच असेल... फक्त शहरात राहत जा रे... काय असते तिथे राना-वनात " त्यावर आकाश हसला फक्त.

" तिथे खूप काही असते म्हणून तर तिथे जाऊन राहतो मी." त्याचे सर काय समजायचे ते समजले.

सुप्री आली जागेवर. संजनाने कधीच काम सुरु केलेलं...

" काय गं पोरी..... काय मस्त नास्ता होता, माहित आहे का तुला.... सॉलिड एकदम !! " सुप्री खुर्चीवर बसत बसत बोलली.

" गप गं.... आणि तुला त्याने ओळखलं असेल ना..... काही बोलला का तो... ",

" तो अंकल..... म्हणून आली नाहीस ना, त्याला काय घाबरायचे... ",

"पागल... त्याच्या अंगावर चिख्खल उडवला ना... आणि काय घाबरायचे बोलतेस... ओरडला असता तर.... ",

" तो काय ओरडेल मला.... आईलाच नावं सांगेन त्याचं... " तशा दोघी हसायला लागल्या. ऑफिस सुटल्यावर सुद्धा सुप्री, संजनाची नजर चुकवून पुन्हा त्या ऑफिस मध्ये डोकावून आली. आकाश दरवाज्याचा अगदी बाजूलाच काम करत बसला होता. सुप्रीला त्याने आता डोकावताना पाहिलं. " ओ अंकल... आकाश आला आहे का आज... " तिने बाहेरूनच विचारलं. आकाशने पाहिलं तिच्याकडे आणि कामाला लागला त्याच्या पुन्हा. पुन्हा सुप्रीने जीभ बाहेर काढून वेडावून दाखवलं आणि संजनाच्या scooty वर येऊन बसली.

दुसऱ्या दिवशी सुद्धा, जश्या दोघी ऑफिसला आल्या तशी सुप्री, पटकन जाऊन बघून आली. लपूनचं बघत होती ती. आकाश कधी मागे येऊन उभा राहिला ते कळलंच नाही तिला. खूप वेळ लपून-छपून बघून सुद्धा काहीच दिसत नाही म्हणून सुप्री निघाली, तर मागे

आकाश. आकाशने हातानेच खूण करत " काय चालू आहे ? " असं विचारलं. " काही नाही.... आकाश आला आहे का ते बघितलं. " आकाश काय बोलणार त्यावर. शांतपणे ऑफिस मध्ये आला. मागोमाग सुप्री सुद्धा आली. आकाशने त्याची सॅक ठेवली आणि खुर्चीवर बसणार तर मागे सुप्री.

" आकाश कधी येणार आहे... " आता मात्र आकाशला बोलावंच लागलं.

" जर तुम्ही त्याला पाहिलंच नाही कधी... मग इथे काल पासून कशाला डोकावून बघत आहात... आणि तो आला तरी तुम्हाला कुठे कळणार आहे.... जा तुम्ही आता.... ",

" काय ओ तुम्ही... एकदा भेटले असते तर काय बिघडलं असतं.... त्याची खूप मोठी फॅन आहे मी.... मी आणि माझी मैत्रीण संजना.... एकदाच बघायचं होतं ना त्याला... एकदाचं फक्त, गणू शप्पत..... ",

" गणू कोण आता ? ",

"अहो गणू म्हणजे गणपती बाप्पा... माझ्या जवळ आहे ना तो खूप म्हणून त्याला गणू बोलते मी... ",

"ते ठीक आहे, पण बघून त्याला काय करणार आहेत तुम्ही... नाही येत तो इथे... जा तुम्ही तुमच्या ऑफिस मध्ये... नाहीतर तुमची तक्रार करावी लागेल मला." तशी सुप्री पटकन बोलली.

" नको नको... तक्रार नको, जाते मी... मी काय गरीब आहे ना म्हणून मला सगळे ओरडत असतात. " सुप्री निघून गेली ऑफिस मधून, पण तिच्या बोलायच्या पद्धतीची आकाशला गंमत वाटली.

संध्याकाळी पुन्हा तेच... आकाशचे ऑफिस बऱ्यापैकी रिकामं झालं होतं. आकाशने बाहेर सहज नजर टाकली असता कोणीतरी लपून बघते आहे असं वाटलं त्याला. तसा तो पटकन बाहेर आला. सुप्री तर होतीच, पण अजून एक मुलगी त्याला बघून पळून गेली. आकाश तिच्या पाठमोऱ्या धावणाऱ्या आकृतीकडे बघत होता. आकाश बाहेर आला तशी सुप्री नीटनेटकी उभी राहिली.

" हे काय आता नवीन... ती मला बघून पळून का गेली... " सुप्री हसू लागली.

" ती ना... तुमच्या अंगावर त्यादिवशी नक्षीकाम केलेलं ना... ती होती.... माझी मैत्रीण... संजना. " .

" हो का... मग तुम्ही का पळून नाही गेलात... ",

" मी कूठे घाबरते तुम्हाला... कूणालाच घाबरत नाही... एक गणू सोडला तर सुप्री किसीसे डरती नाही... " आकाशला हसायला आलं जरा.

" ओ सांगा ना... तो आकाश आला आहे का... " आता काय बोलू हिला, आकाश मनात विचार करू लागला.

" त्याने ना हा जॉब सोडला... तो नाही येत इथे... ",

" ह्या... बनवा मला येडं..... मग फोटो कशाला लावले आहेत इकडे... त्याने क्लीक केलेले.... detective सुप्री को फसाना आसन नही... " आकाश हसला पुन्हा. शिवाय पहिल्यांदा कोणाशी तो एवढा वेळ बोलत होता.

" तुम्ही अश्याच आहेत का लहानपणापासून, कि आज काही स्पेशल आहे... आणि इकडे सगळं बरोबर आहे ना तुमचं.... " आकाश डोक्याला बोट लावून म्हणाला.

" actually... मी ना खूप वेळा डोक्यावर पडली आहे.... तशी संजना पण पडत असते पण ती तोंडावर पडली होती... ",

" छान.. चला बाय.. मला काम आहे.... जा तुम्ही आता... " म्हणत आकाश आता ऑफिसमध्ये आला.

" पण उद्या परत येणार मी सकाळी... आकाश आला कि त्याला थांबवून ठेवा... चलो बाय.... " सुप्री गेली आणि पुन्हा आली. " तुमचं नावं तर सांगा... ",

"माझं नावं "A"... ",

"हे कसं नावं... ",

"A,B,C,D.. मधलं पहिलं अक्षर "A".... bye आता.... काम करू दे... " सुप्रीने परत वेडावून दाखवलं आणि निघून गेली.

अश्याप्रकारे, रोज सकाळ-संध्याकाळ सुप्री, आकाशला येऊन सतावत होती, निदान आठवडाभर तरी. कधी कधी संजना असायची. पण मागेच असायची ती. आठवड्यानंतर आकाश पुन्हा आपल्या भटकंतीसाठी निघाला. सुप्री त्यालाच शोधत होती. दोन दिवस तो दिसला नाही म्हणून त्या ऑफिस मध्ये विचारायला गेली.

" ते सर ना.. ते गेले कधीच... दोन दिवस झाले. " एकाने सांगितलं.

" मग परत कधी येणार ते.... ",

"परत येतील का ते माहित नाही. कारण ते आमच्या main branch मध्ये असतात... "
,

"मग तुम्ही आकाशला बघितलं का... तो कधी येणार आहे इकडे... ",

" ते सर पण main branch ला असतात." सुप्रीचं तोंड एव्हडंसं झालं. तसाच चेहरा करून ती तिच्या जागेवर येऊन बसली.

" काय झालं गं तुला ? " ,

"अरे तो गेला निघून.. ",

" कोण तो ? " ,

"मिस्टर A " ,

" कोण ? " ,

"अरे तो... तू त्याच्या अंगावर चिख्खल उडवला होतास, त्याला बघितलं कि पळून जातेस ती... ",

"हो गं कळलं ते... बरं झालं मग... " संजना आनंदात म्हणाली.

" काय बरं... तो आकाशला ओळखायचा, त्याने आपली भेट करून दिली असती ना... "
ते ऐकून संजना पण जरा नाराज झाली.

" ते जाऊदे आता.... आपली ऑफिसची पिकनिक जाते आहे.... ४ दिवस... मस्त ना... ",

" WOW !!! " ते ऐकून सुप्रीच्या चेहऱ्यावर पुन्हा हसू आलं. "चल, तयारी करायची आहे. "

चार दिवस सहल होती त्यांची.... तशी दरवर्षी पावसात सहल जायची त्यांची.... प्रत्येकवेळेस एक-एक दिवसच जायची. यावेळेस मात्र जरा जास्त दिवसांची ठरवली होती. एका अनोळखी ठिकाणी जायचे हे ठरले होते.एकूण २० लोकं तयार झाले. त्यात मुलींची संख्या होती बऱ्यापैकी. राहायचे होते म्हणून प्रत्येकी दोन माणसांमागे एक असे तंबू सुद्धा घेतले होते. प्रत्येकाकडे त्या भागाचा मॅप बनवून दिला होता, त्यातल्यात्यात कोणी हरवू नये म्हणून. सर्व तयारी झाली आणि सगळे निघाले. प्रथम गाडीने प्रवास करून ते ठरलेल्या जागी पोहोचले. प्रवास सुरु झाला. २० जणांमध्ये संजना, सुप्री सुद्धा होत्या. त्यातल्या त्यात ज्यांना ट्रेकिंगचा अनुभव होता ते पुढे होते. सगळ्याकडे त्या भागाचा मॅप असला तरी नकाशात प्रत्येक गोष्टी दिसत नाहीत ना. तरीही ते चालत होते, अंदाज लावत लावत. सुमारे २.३० तास ते चालतच होते. त्यात पाऊस. रस्ते निसरडे झालेले. बहुतेक जणांचे "पडून" झालेले. अश्याच एका ठिकाणी ते पोहोचले आणि finally त्यांना कळलं कि आपण वाट चुकलो आहोत.

तसे ते सगळेच एकत्र होते. पण एका चुकीच्या निर्णयामुळे सगळेच हरवलेले होते. त्यात भरीसभर म्हणून तो २० जणांचा ग्रुप आता एक जंगलात उभा होता. अनोळखी ठिकाणी जाण्याचे धाडस आता त्याच्या अंगाशी येणार होते बहुतेक. काय करावे सुचेना. दुपार झालेली, पोटात कावळे ओरडत होते. पावसाने अजूनच काळोख केलेला. त्यात जंगलात म्हणे रात्र लवकर होते, असं कोणीतरी माहिती पुरवली. म्हणजे लवकरात लवकर एका सुरक्षित ठिकाणी जावेच लागणार. चार-पाच जण पुढे गेले. एक माळरान शोधून आले. १० मिनिटात पोहोचले तिथे. तिचेच एका लहान डोंगराच्या आडोशाला तंबू लावायचे ठरले. लगेच दुसरा प्रश्न पुढे... तंबू तर घेतले होते मोठ्या हौशेने... ते बांधता कोणाला येतात... पण करणार काय ? पुस्तकात दिसेल तसं कसेतरी उभे केले तंबू.... कोणी कल्पना तरी केली होती का त्यात राहायची. रात्र अनुमान केल्याप्रमाणे लवकर झाली. भूक तर लागली होती. प्रत्येकाने प्रवासात खाण्यासाठी बिस्किट्स घेतली होती म्हणून बरी. नाहीतर उपाशीच झोपावं लागलं असतं. कशी-बशी रात्र काढू, सकाळी पुन्हा प्रवासाला निघू, असं ठरवून सगळेच दमलेले झोपी गेले.

सकाळ उजाडली तीच विजेच्या गडगडाटाने.... सुप्रीला जाग आली तशी तिने घड्याळात पाहिलं. सकाळचे ७ वाजले होते. संजनाला सुद्धा जाग आली. सगळेच आपापल्या तंबू मधून बाहेर आले. वर आकाशात कसले भयानक आवाज येत होते. बेभान वारा वाहत होता. पाऊस नसला तरी हवेत कमालीचा गारवा होता. विजा जणूकाही एकमेकींवर आढळत

होत्या. सगळेच घाबरलेले. परस्पर सगळ्यांनी आपलं सामान बांधायला सुरुवात केली. १०
मिनिटात सगळे तयार झाले. पण जायचे कुठे आता ? मागे तर जंगल आणि पुढच्या वाटेचा
पत्ता नाही. वारा सुद्धा " सू.... सू.... " करत आवाज करत होता. भयाण वातावरण अगदी.
ग्रुप मधल्या २ मुली रडू लागल्या. कोणालाच पुढे काय करावं ते कळत नव्हतं.

तेव्हाच त्यातल्या एकाला , दूर कोणीतरी एक मानव सद्रूक्ष आकृती दिसली. " हे... तो
तिकडे आहे कोणीतरी... त्याला माहित असेल इकडचे काही... " सगळेच त्याच्याकडे बघून
हातवारे करू लागले, ओरडू लागले. त्या सुसाट वाऱ्यात आणि विजांच्या कडकडाटात कुठे
जाणार आवाज त्याला. तरी देखील तो गोंगाट ऐकून तो जाणारा माणूस क्षणभर थांबला.
"अरे.... त्याने आपल्याला बघितलं वाटते.... ओरडा अजून जोरात... " संजना म्हणाली. तसे
सगळे अजून मोठ्याने ओरडू लागले. सुप्रीला तर फार मज्जा येत होती तसं करताना. मधेच
हसत पण होती ती. " काय गं... तुला काय एवढं हसायला येते आहे... " संजनाने विचारलं. "
भारी वाटते ना असं ओरडायला... घरी जरा आवाज केला कि आई धपाटा मारते पाठीत .....
असं वेड्यासारखं ओरडला कि कसं मोकळं मोकळं वाटते.. " संजनाने कपाळावर हात मारला.

ती व्यक्ती आता स्पष्ट दिसू लागली होती. सगळेच पुढे गेले त्याला भेटायला. सुप्री
सर्वात पुढे...

" अरेच्या !!! याला तर ओळखते मी " सुप्री म्हणाली. संजनाने निरखून बघितलं. तसं
ओरडणं बंद करून मागेच राहिली.

" तू ओळखतेस त्याला... " एकाने विचारलं.

" हो... माझा friend आहे तो. " तो जवळ आला तसा सुप्रीने हात पुढे केला.

" Hello... mister A "... हो.. तो आकाशच होता. त्या सगळ्यांना तिथे बघून त्याला
आश्चर्य वाटलं.

" इकडे कूठे तुम्ही.... आणि या सर्वांना कशाला आणलंत इथे... " आकाशने सुप्रीकडे बघत
विचारलं.

" मी नाही आणलं. मलाच घेऊन आले आहेत सगळे... " आकाशच्या चेहऱ्यावर मोठ्ठ
प्रश्नचिन्ह.... काय हि .... इकडे प्रसंग काय आणि हिला मस्करी सुचते आहे... संजना मनात
म्हणाली. तिलाच पुढे यावं लागला आता.

" एक मिनिट , मी सांगते... आम्ही इकडे पिकनिकला आलो होतो... आणि आम्ही
हरवलो आहोत.. तुम्हाला इकडचं माहित आहे का .... रस्ते वगैरे... " संजनाने काकुळतीने
विचारलं.

" ओ... mister "A"... हीच ती.... तुमच्या अंगावर चिख्खल उडवणारी पोरगी... " सुप्रीने
मोठ्याने सांगितले. तसं संजनाने हाताने तिचं तोंडच बंद केलं. आकाशने एकदा पाहिलं
संजनाकडे. नंतर बोलला.

" रस्ता सांगेन मी... पण आता इथे थांबू नका... धोका आहे इथे... चला पटकन माझ्या
बरोबर.. " सगळेच सामान उचलून त्याच्या मागोमाग गेले. तोपर्यंत आकाशात ढगांची गर्दी

झालेली. वारा नुसता घोंगावत होता. पुढे एक लहानशी गुहा होती. आकाशने सगळ्यांना आत जाण्यास सांगितलं. गुहा लहान असली तरी २० जणांसाठी खूप होती ती. सगळे आत आलेले पाहून आकाश सुद्धा आत आला.

" सगळ्यांनी रिलॅक्स व्हा.... पाऊस थांबला कि पुढचा प्रवास करा... " आकाश त्याच्या पाठीवरची सॅक खाली ठेवत म्हणाला.

" पण पाऊस कूठे आहे आता, वाराचं तर आहे ना... " संजना हळू आवाजात म्हणाली. आकाश गुहेच्या तोंडाजवळ उभा होता. त्याने हाताने खूण करून सगळ्यांना बाहेर बोलावलं. सगळेच सामान ठेवून त्याच्या मागे येऊन उभे राहिले.

" ते बघा... " आकाशने बोट वर करून सांगितलं. " त्या ढगांची रचना सांगते आहे कि वादळ येणार आहे... जोराचे वादळ.... सोबतीला पाऊस सुद्धा असतो. " सगळ्याचे डोळे, वर आभाळाकडे लागले. ढगांची गोलाकार संरचना होत होती. ५ मिनिटांतच पावसाने मुसळधार सुरुवात केली. तुफान वारा सोबतीला, विजांचा आवाज.... आकाश सोडून बाकी सगळेच घाबरले होते. आकाश शांतपणे बाहेर बघत बसला होता. एक तास तरी ते वादळ चालू होतं. त्यानंतर मात्र पावसाने आवरतं घेतलं.

पाऊस गेलेला पाहून आकाश बाहेर आला. बाहेरचं वातावरण त्याने पाहिलं. " या आता बाहेर... " आकाश म्हणाला तसे सामान उचलून सगळा ग्रुप बाहेर आला. सुप्रीच पुढे होती.

" WOW !!!! काय मस्त वातावरण आहे ना... " सुप्री आनंदात म्हणाली. तिच्या बाजूला संजना उभी होती. आकाशकडे चोरून बघत होती. कळलं ते त्याला.

" चला निघूया आता... " म्हणत आकाश निघाला. त्याच्या मागोमाग सगळेच... "तुम्ही पिकनिकला आला आहेत ना.. मग अश्या ठिकाणी का आलात ? " आकाशचा प्रश्न.

" अश्या ठिकाणी म्हणजे ? " त्यातल्या एकाने उलट प्रश्न केला.

" अश्या ठिकाणी म्हणजे.... या इथे सहसा कोणी येत नाही... आणि पावसात तर बिलकूल नाही.. इथे दरडी कोसळण्याचे प्रमाण खूप आहे. त्यात रहायला कूठे सोयच नाही. " सगळ्यांच्या चेहऱ्यावर प्रश्नचिन्ह... तो काय बोलतो आहे कोणालाच कळतं नव्हतं. आकाशच्या लक्षात आलं ते.

" चला.... मघाशी तुम्ही जिथे उभे होतात, तिथे जाऊ पुन्हा... " आकाशच्या मागोमाग सगळे. आकाशने त्यांना लांबूनच दाखवलं. सकाळी ज्या सपाट माळरानावर तंबू होते, तिथे आता बरेचशे मोठे दगड पडलेले दिसत होते. " कळलं... मी का बोललो ते... तुम्ही ज्याचा आडोसा घेऊन तंबू लावलेले होते, त्या डोंगरावरचे ते दगड आहेत... "... काळजात धस्स झाला सगळ्यांच्या...." हि जागा खूप सुंदर दिसते पावसात ...चहुबाजुकडे नजर फिरवली तरी ... एकचं रंग... हिरवा.. ",

" किती छान ना ... " संजनाच्या तोंडातून अचानक बाहेर आले शब्द.

" छान ना... हो , खूप छान... पण त्यात तुम्हाला एक तरी गाव, वस्ती दिसते का ते पहा. " सगळे माना वर वर करून पाहू लागले.

" नाहीच दिसणार... कारण हि सर्व जंगलं आहेत... मानववस्ती तर दूर-दूर पर्यंत कुठेच नाही. संकटात सापडला तर साधं पाणी विचारायला सुद्धा कोणी येत नाही. डोंगर,दऱ्या, झाडं.... पशु-पक्षी.... याशिवाय कोणीच राहत नाही इथे.... मग पिकनिकचा प्लॅन कोणी केला इथे येण्याचा... " कोणीच काही बोलत नाही म्हणून सुप्रीचं बोलली.

"आम्ही रस्ता हरवलो.... दुसरीकडे जायचे होते आम्हाला, भलतीकडेच आलो. तसे सगळ्यांकडे मॅप आहेत, तरी कसे हरवलो काय माहित ? " आकाश हसला त्यावर...

" इकडे नकाशे वगैरे असा काही चालत नाही. फक्त डोळ्यासमोर जे दिसते ते खरं असते. ",

"पण आता आम्हाला घरी जायचे आहे... आम्ही ज्या ठिकाणी गाडीने उतरलो , तो रस्ता तरी माहित आहे का तुम्हाला. तिथे गेलो कि कोणतेतरी वाहन मिळेलच ना आम्हाला. " अजून एकाने मधेच विचारलं.

" म्हणून विचारलं मी, कि इथे येण्याचा प्लॅन कोणाचा होता..... कसलीच माहिती नाही तुम्हाला इथली. तुम्ही ज्या गाडीने आलात, तो शेवटचा दिवस होता... त्या गाडयांचा... आता पुढे दोन महिने या भागातले सर्व रस्ते बंद असतात.... झाडे पडतात, दरडी कोसळतात... अपघात होतात म्हणून.... आता काय ऑपशन्स आहेत तुमच्याकडे.... " सगळेच एकमेकांकडे बघू लागले.

"तरी मी सांगत होतो... नको अश्या ठिकाणी पिकनिक.... कोणी ऐकलंच नाही माझं... " त्यातला एक मुलगा बोलला.

" तरी मी सांगत होतो... नको अश्या ठिकाणी पिकनिक.... " सुप्री वेडावत, त्याची नक्कल करत म्हणाली.

" आणि मग , पिकनिकच्या आदल्या दिवशी कशाला उडत होतास.... उंच ठिकाणी उभा राहुन सेल्फि काढणार.... झाडावर उलटा लटकणार.... नदीत पोहणार.... ह्याव नी त्यावं.... उगाचंच.. " सुप्री रागात म्हणाली.

" शांत राहा रे सगळे... " एक मोठा मुलगा म्हणाला. "तुम्ही सुद्धा एकटेच आहेत कि हरवला आहेत... कारण तुम्ही एकटेच दिसलात आम्हाला इथे... " आकाशने त्याच्याकडे बघितलं.

" मी फोटोग्राफर आहे. मला ट्रॅव्हलिंग करायला आवडते. म्हणून एकटाच भटकतो. त्यामुळे मला या भागाची चांगली माहिती आहे. मी तुमचा आवाज ऐकून माघारी आलो, नाहीतर एव्हाना दूर गेलो असतो.",

"मग तुम्हाला माहित आहे का एखादा रस्ता.... जिथून आम्हाला शहरात जाण्यासाठी एखादं वाहन मिळू शकेल आता. ",

" ते जरा अशक्य वाटते मला... एक तर जंगल आहे, त्यात डोंगरातून वाटा जातात. पावसामुळे , असलेले रस्ते सुद्धा बंद आहेत. त्यामुळे तुम्हाला चालतच प्रवास करावा लागेल. " आकाश विचार करून म्हणाला. " हा... एक गाव आहे... तिथे तुम्हाला गाडी भेटली

तर... लांब आहे... चालत चालत गेलात तरी खूप वेळ लागणार....",

" साधारण किती तास लागतील... ", त्या मुलाने पुन्हा विचारलं.

" तास नाही दिवस... जर तुमच्या चालण्याचा वेग चांगला असेल तर ९ - १० दिवसात पोहोचाल तिथे... " ,

" ९-१० दिवस " एका मुलीला चक्कर यायची बाकी होती. सगळेच विचारात पडले. खूप वेळ झाला तरी कोणीच काही बोलत नव्हतं. आकाश बोलला शेवटी.

" लवकर काय तो निर्णय घ्या.... मलाही दुसरी कडे जायचे आहे. " दुसरा पर्याय नव्हता. सुप्रीने सगळ्यांना तयार केलं.

" one question .... mister A " सुप्रीने विचारलं. " ९-१० दिवस लागणार तिथे जायला. मग एवढे दिवस भूक नाही लागणार का... " ,

" Good question... " आकाश म्हणाला. " जंगलात खूप प्रकारची फळ आणि कंदमुळं मिळतात खायला.... शिवाय, जंगलात आदिवासी भेटलेच तर तिथे हि काही मिळू शकते... ",

"आदिवासी ?",

" हो.... आहेत इथे कुठे कुठे.... पण चांगले आहेत ते .... मदत करतात वाटसरूंना.... तर निघायचं का आता.... अजून कोणाला प्रश्न नसतील तर.... " सगळ्यांनी माना हलवल्या... आकाशने सगळ्यांकडे एक नजर टाकली... "चला मग ...प्रवास सुरु करू... "

आणि त्या सर्वांचा प्रवास सुरु झाला एकदाचा. आलेले वादळ थांबलेलं होतं तरी ढगांची पुन्हा तयारी सुरु झालेली होती. आकाशचे लक्ष होतं बरोबर त्या सगळ्यावर, शिवाय पाठीमागून येणारे हे "२० जण "...... सगळ्यांवर लक्ष तर ठेवावंच लागणार होतं. अर्धा तास झाला असेल चालून त्यांना. अचानक मागून एक मुलगी किंचाळली. " ई !!!......... " सगळ्यांचे लक्ष वेधून घेतलं तिने. "काय झालं ...... काय झालं ...... ? " संजना धावतच तिच्या जवळ गेली. एव्हाना सगळेच जमा झालेले तिच्या भोवती. "साप.... " तिने डोळे गच्च मिटून घेतले होते. आणि तशीच बोलत होती ती. " कुठे आहे साप ? " आकाश पुढे आला. ती तरी तशीच डोळे मिटून, " कुठे आहे साप ? " आकाशने पुन्हा विचारलं. " माझ्या पायावर..... " हळू आवाजात ती म्हणाली.

आकाशने निरखून पाहिलं. तसे सगळेच हसायला लागले. सुप्री पुढे आली आणि तिच्या डोक्यावर टपली मारत म्हणाली,

" खुळे... या प्राण्याला गांडूळ म्हणतात... साप नाही." तिने गांडूळ बोटांनी उचलून घेतला.

" आणि याला खाऊ पण शकतो आपण..... ते नाही का, discovery channel वर दाखवतात... तो माणूस बोलतो ना... " हा... हम इसे खा भी सकते है, इससे मुझे प्रोटीन मिलेगा... " आणि सुप्री ने गांडूळ खाण्याची acting केली. तसं संजनाने तिच्या हातावर चापटी मारली.

"ये खुळे..... कधी सुधारणार तू कळत नाही मला." संजना म्हणाली.

" तू सुधारलीस कि माझाच नंबर आहे तुझ्यामागे.... " सुप्री तिला चिडवत म्हणाली. आकाश हे सगळं पाहत होता. मज्जा- मस्करी... छान वाटत होतं त्याला. सगळ्यांकडे नजर टाकली त्याने. फक्त अर्धा तास चालून सगळेच दमलेले होते. शहरात कुठे सवय आहे चालायची लोकांना..... बस, ट्रेन,रिक्शा, टॅक्सी.... नाहीतर स्वतःच वाहन... सगळं कसं आरामदायी एकदम.... आकाश मनातल्या मनात बोलला. घड्याळात पाहिलं तर दुपारचे २.३० वाजले होते.

" ok, छान..... सगळे रिलॅक्स झालात जरा... तुम्ही सगळेच दमलेले दिसता, तर आता इकडेच थांबू कुठेतरी.... उद्या सकाळी पुढच्या प्रवासाला निघूया." सगळ्यांना पटलं ते, सुप्री सोडून.

"ओ, मिस्टर A.... म्हणे मी भटकंती करत असतो इकडेच... ह्याव आणि त्याव.... अर्ध्या तासातच दमलात चालून ..... असं चालत राहिलात तर आम्ही कधीच पोहोचणार नाही शहरात... " सुप्री आकाशच्या समोर येऊन उभी राहिली.... आकाशच्या चेहऱ्यावर '' आता हिला काय बोलू मी" असे भाव...

"बोलो मिस्टर A, कुछ तो बोलो... " शेवटी आकाशने पाठीवरची सॅक खाली ठेवली आणि बोलू लागला.

" पहिली गोष्ट, तुमचे हे सर्व सहकारी आहेत ना,ते सगळे दमलेले आहेत.... दुसरी गोष्ट, आता थोड्यावेळाने संध्याकाळ होऊन रात्र होईल... त्यात तुमच्या कोणाकडे साधे टॉर्च सुद्धा नाहीत... त्या मॅडम... गांडूळाला साप समजल्या.., एवढ्या उजेडात.. मग काळोखात काय दिसेल त्यांना.... आणि तिसरी गोष्ट, पावसाची पुन्हा तयारी सुरु झाली आहेत वर आभाळात, तुम्हाला एवढीच हौस असेल ना भिजायची पावसात वगैरे, तर बाकीच्यांना तयार करा... आपण प्रवास सुरु ठेवू. " केवढा बोलत होता आकाश. पहिल्यांदा एवढा पटपट बोलला असेल तो. सुप्री बघतच राहिली त्याच्याकडे. अर्थात तिला कळलं कि सगळेच थकले आहेत. त्यामुळे प्रवास आतातरी शक्य नाही. त्यात पाऊस येतंच होता सोबतीला. चुपचाप ती संजनाच्या बाजूला जाऊन बसली. " मी पुढे जाऊन, आपल्याला tent साठी जागा बघून येतो. सर्वांनी इथेच थांबा." म्हणत आकाश निघून गेला.

५-१० मिनिटांनी आकाश परत आला. त्याने त्याची सॅक पाठीवर लावली आणि म्हणाला," पुढे एक चांगली जागा भेटली आहे. तिथे आपण tent बांधू शकतो." तसे सगळे सामान घेऊन निघाले. मघापासून मोकळ्या जागेतून प्रवास करणारे, आता एका झाड-झुडुपं असलेल्या ठिकाणी आले. " ओ... इथे कुठे आणलंत... काय झाडावर लावणार का तंबू...?" सुप्रीने आकाशला विचारलं. आकाशने काहीच reply दिला नाही. " सगळ्यांनी सावकाश या आतमध्ये...पाय जपून ठेवा... बघून चाला." आकाश सगळ्यांना सांगत होता. अरे !! हा माझ्या प्रश्नाचं उत्तरच देत नाही, सुप्रीला राग आला. झपझप चालत ती आकाशच्या पुढ्यात

येऊन उभी राहिली. " मी काहीतरी विचारलं तुम्हाला... " आकाश फक्त बाकी सर्व बरोबर आहेत कि नाही ते बघत होता. संजना पटकन पुढे आली आणि सुप्रीला तिने ओढतच पुढे नेले. आकाशला गंमत वाटली.

आकाशने सांगितल्याप्रमाणे, सगळा ग्रुप एका ठिकाणी येऊन पोहोचला. आजूबाजूला झाडं-झुडुपं होती. फक्त मधेच तेव्हढी जागा रिकामी राहिली होती. तेव्हा सुप्रीला कळलं, आकाशचं बोलणं. आकाशने घड्याळात पाहिलं, दुपारचे ३.३० वाजत होते. " चला, पटपट tent लावून घेऊया, नंतर जेवणाची सोय करावी लागेल." सगळ्यांनी tent बाहेर काढले. आकाशला तर सवय होती tent मध्ये राहायची. १० मिनिटात त्याने एकट्यानेच त्याचा तंबू उभा केला. बाकीचे मात्र अजूनही 'तंबू कसा बांधायचा' ते पुस्तकात बघून बघून फक्त प्रयन्त करत होते. आकाशला हसायला आलं." एकालाही येत नाही का ... " आकाशने विचारलं... "आम्ही काय रोज येत नाही इथे... तंबू बांधायला यायला. " सुप्री वेडावून दाखवत म्हणाली. आकाशने तिच्याकडे दुर्लक्ष केलं. " मी दाखवतो कसा तंबू उभा करायचा ते... सगळ्यांनी बघून घ्या... पुन्हा पुन्हा दाखवणार नाही... पुढचे काही दिवस तरी तुम्हाला हे tent वापरायचे आहेत... ","Yes sir " सगळ्यांनी एकसुरात म्हटलं आणि हसू लागले.

पुढच्या अर्ध्या-एक तासात सगळ्यांचे तंबू बांधून झाले, अर्थातच सगळ्यांना शिकवून. त्यानंतर आकाशने त्यातल्या चार-पाच मुलांना सोबत घेतलं. " रात्रीच्या जेवणाची सोय करून येतो आम्ही... " ते निघणार इतक्यात त्यातली एक मुलगी बोलली.

" मला ना , जास्त spicy वगैरे आणू नका.. आणि oily पण नको, डीएटिंग करते आहे ना मी... " आकाश ते ऐकून बोलला...

"बरं... अजून कोणाला काही सांगायचे आहे का " तर अजून एक मुलगी म्हणाली,

" मला पण साधंच काहीतरी आणा... मसाला डोसा,इडली वगैरे.... रात्री पचायला चांगल असते ते... ",

"ठीक आहे.. ",

"मला दोन वडापाव पण चालतील, हा पण ... लाल चटणी नको हा त्यात... " एक मुलगा म्हणाला.

" मला तर काहीपण चालेल.... कांदेपोहे भेटले तर दोन प्लेट आणा..... मला खूप आवडतात कांदेपोहे... " सुप्रीने सुद्धा ऑर्डर दिली. " आणि त्यावर कोथिंबीर , खोबरं वगैरे पाहिजे का... " आकाशने विचारलं.

" हो मग.... मस्तच लागते ते ... प्लिज हा... " सुप्री हात जोडत म्हणाली. संजनाने तिला चिमटा काढला. तशी सुप्री कळवळली.

" ई !! तुला नको तर तू नको खाऊस ना, मला कशाला चिमटा काढतोस.... " सुप्री हात चोळत म्हणाली.

" पागल... आपण कुठे आहोत ते तरी कळते का तुला.. सगळे आपले ऑर्डर देत आहेत... जंगलात आहोत आपण.... आणि म्हणे कांदेपोहे वर खोबरं पाहिजे... येडी कुठली... " संजनाने सुप्रीच्या डोक्यावर टपली मारली.

आकाशने बघून हसला आणि त्या मुलांना घेऊन काही फळ वगैरे मिळतात का ते शोधायला गेला. खूप वेळाने ते परत आले. प्रत्येकाच्या हातात काहीतरी होतेच. त्यांना बघून एका मुलीने लगेचच एक चादर आणली. त्यावर सगळ्यांनी जमवून आणलेली फळ ठेवली. जास्त नव्हती तरी सगळ्यांना पुरतील अशी होती. सगळेच त्या फळांकडे बघत बसले होते. एकही जण पुढे येत नव्हता. आकाश सर्व बघत होता." काय झालं ? " आकाशने विचारलं," नाही... असंच, कधी असं जेवण घेतलं नाही ना म्हणून... " एकजण बोलला. " का... काय वाईट आहे यात... " आकाशने पुढे येत एक फळ उचललं. तसे सगळे पुढे आले, आणि सगळ्यांनी काहींना काही हातात उचलून घेतलं. " धुतलेली तरी आहेत का ... " एका मुलीने प्रश्न केला. " हो मग, आम्ही स्वतः धुवून आणली आहेत. शिवाय पाणीही आणलं आहे पिण्यासाठी... " आकाश सोबत गेलेल्या मुलांपैकी एक जण लगेच बोलला. तसे सगळे फळं खाऊ लागले.

" असं वाटते आहे कि आज उपवासच आहे. " सुप्री फळ खाताना बोलली.

" येडपट... कधी सुधारणार गं तू..."संजना म्हणाली.

" तुझ्या नंतर.. " सुप्री वेडावत म्हणाली. सगळेच शांत बसले होते. आकाशने काही लाकडं जमवून आणली होती. संध्याकाळ होत आली तशी त्याने ती गोलाकार रचून "शेकोटी" केली. सकाळपासून पाऊस होता त्यामुळे हवेत गारठा होता. सगळेच 'थंड' झालेले. शेकोटी बघताच त्याच्या आजूबाजूला येऊन बसले. आकाश गप्पच होता. संजना आकाशकडे बघत होती. कधीपासून तिला "सॉरी" बोलायचे होते आकाशला... चिखल उडवला होता ना तिने म्हणून. बाकी सुप्रीची नेहमी प्रमाणे बडबड चालू होती. त्यात बाकीचे हि मिसळले होते. थोड्यावेळाने तिचं लक्ष आकाशकडे गेलं.

" तुम्ही गप्प का ? बोला तुम्हीसुद्धा " एकजण आकाशला बोलला.

" मी नाही बोलत जास्त... शांतता आवडते मला... ",

"हो का... मग हिमालयात गेला का नाहीत.. " सुप्रीने joke केला आणि एकटीच हसू लागली. नंतर सगळेच हसले. आकाश त्यावर काही बोलला नाही.

"सॉरी हा... राग आला असेल तर... " सुप्री लगेच बोलली.

" मला राग येत नाही कुणाचा... ",

" wow !!! बरं आहे मग... तुम्हाला काही बोललं तरी राग येत नाही ... कोणी चिखल उडवला तरी राग येत नाही. " सुप्री संजनाकडे बघत म्हणाली.

" ये संजू... तू उगाचच घाबरलीस.... ओ, मिस्टर A.... तुम्हाला सांगते ना.... किती घाबरली होती संजू त्यादिवशी.... चिखल उडवला तेव्हा.... सॉलिड टरकली होती तुम्हाला ....

उगाचच... " सुप्री म्हणाली. संजनाने तिच्या पाठीत धपाटा मारला.

" पागल... देव अक्कल वाटत होता तेव्हा कुठे होतीस... " संजना म्हणाली.

" तुझ्याबरोबर फिरत होती." एकच हशा पिकला. आकाशही हसू लागला. त्याला हसताना बघून सुप्रीला आश्चर्य वाटलं.

"तुम्ही हसता पण का... " सुप्रीचा प्रश्न.

" हो मग.... कधीतरी ..... शेवटी माणूसच आहे ना मी... " आकाशचं उत्तर..

" तुम्हाला राग येत नाही ना, तर मला वाटलं तुम्ही हसत सुद्धा नाहीत. ",

"तस नाही , पण मला या निसर्गात रमायला आवडते. इकडें कुठे कोण असते, झाडं, डोंगर, पशु, पक्षी.... बराचसा वेळ माझा फिरण्यात जातो... मग कुठे कोणावर रागवणार, म्हणून.... राग वगैरे नाहीच येत कधी. " सगळे मन लावून ऐकत होते.

"मग इकडे येता कशाला तुम्ही... i mean, फोटोग्राफी वगैरे ठीक आहे... पण शहरात का राहत नाहीत... " एका मुलीने विचारलं.

" छान असते निसर्गात... म्हणून राहतो इथे.. ",

"पण अजून ते 'छान' असं काही दिसलं नाही अजून... " सुप्री खूप वेळाने बोलली.

" सकाळी बघूया... चालेल का. " आकाश बोलला.

" ह्या... उगाचच बोलायचं मग... फुसका बार... " सुप्री वेडावत म्हणाली. आकाशला कळलं ते.

" शहरात कधी रात्रीच कोणी फिरलं आहे का... " आकाशचा प्रश्न. सगळेच हो म्हणाले.

" आता सगळ्यांनी वर आभाळात बघून सांगा... असं दृश्य कुठे दिसतं का ते.. " सगळे वर पाहू लागले. सकाळपासून पडून पडून पाऊस थकला असावा. म्हणून रात्रीच आभाळ मोकळं होतं. चंद्र सुद्धा एका बाजूलाच होता. आभाळाच्या त्या "काळ्या" कॅनव्हासवर लाखो तारे चमकत होते. बहुदा त्यामुळेच चंद्र सुद्धा एका बाजूला जाऊन बसला होता. काय दृश्य होतं ते. व्वा !!.... सुप्री तर "आ" वासून ते बघत होती. actually, सगळ्यांनी पहिल्यादांच एवढे तारे बघितले होते.

आकाश सगळ्यांकडे पाहत होता आणि बाकीचे सगळे वर आभाळात... " आता कळलं ना... मला काय छान वाटते ते.. ... शहरात फक्त चंद्र तेवढा दिसतो. " आकाश बोलला तरी अजूनहि सगळे वरचं बघत होते. आकाशने घड्याळात बघितले. रात्रीचे ९ वाजत होते. " मला वाटते आता सगळ्यांनी झोपायला पाहिजे ना... " त्या बोलण्याने सगळे भानावर आले.

"एवढ्या लवकर.... एवढ्यात तर मराठी सीरिअल पण संपत नाहीत... " संजना तोंड एवढंस करत म्हणाली.

" तुम्ही सगळे जागे राहा. मी जातो झोपायला." आकाश त्याच्या tent मध्ये जाऊन झोपला.

"त्याला जाऊदे.... आपण गाण्याच्या भेंड्या खेळूया." सुप्री म्हणाली.

" नको बाबा... एकतर आपल्याला इकडचं काही माहित नाही.... ज्याला माहित आहे तो झोपायला गेला... आपली गाणी वगैरे ऐकून कोणी वाघ, आदिवासी आले तर " एक मुलगी घाबरत म्हणाली.

" हो... बरोबर आहे हीच... " असं म्हणत एक-एक जणं आपापल्या तंबूत निघून गेले. राहिल्या फक्त दोघी.... संजना आणि सुप्रिया...

" आता हि शेकोटी कोणी विझवणार... माझा काका... " सुप्री मोठ्याने बोलली." ओ मिस्टर A.... काय करायचं शेकोटीचं.... " ओरडून बोलत होती ती. लगेच आकाश त्याच्या तंबूतून बाहेर आला आणि आणलेलं पाणी त्याने शेकोटीवर ओतलं दिलं. आला तसाच पटकन त्याच्या तंबूत निघून गेला.

" विचित्र आहे ना अगदी... हा माणूस.... म्हणे निसर्गात राहायला आवडते... मला वाटते ना... याला घरीच कोणी घेत नसेल, अश्या स्वभावामुळे... रागच येतं नाही म्हणजे काय... आमच्या संजूला बघा... नाकावरचं राग असतो, फक्त एक बटन दाबलं कि सुरू " सुप्रीने तिचं नाक दाबलं.

" थांब हा,तुला आता चांगलाच मार देते... " तशी सुप्री तिच्या तंबूत पळाली. दोघींची आत मस्ती सुरु झाली. नंतर त्या झोपी गेल्या.

सकाळ जरा लवकरच झाली सुप्रीची. घड्याळाचा काटा ७ वर होता. बाहेरचा आढावा घेण्यासाठी तिने हळूच डोकं बाहेर काढलं. अजून उजाडायचे होते. सगळीकडे धुकं होतं. समोरचं तसं पण काहीच दिसतं नव्हतं. उत्सुकता खूप भरलेली होती सुप्रीमध्ये.... तशी हळूच ती बाहेर आली. बाहेर तरी तिच्या शिवाय कोणीच नव्हतं. बाकीचे tent अजून तरी बंदच होते आणि त्यातील प्राणी अजून चादरीत गुरफटलेले होते. हळूच तिचं लक्ष आकाशच्या तंबूकडे गेलं. तंबूचं प्रवेशद्वार तिला जरा उघडं दिसलं. पुन्हा एकदा कुतूहलाने सुप्री पुढे गेली. एका डोळ्याने तिने आतमध्ये चोरून बघितलं. तर आत कोणीच नव्हतं, तसं तिने पूर्णपणे आत डोकावून पाहिलं. बापरे !!! कुठे गेला हा माणूस... तशीच ती पळत पळत सगळ्यांना जागे करु लागली. डोळे चोळत चोळत हळू हळू सगळे जागे होऊ लागले.

" एवढी मस्त झोप लागली होती... काय झालं तुला... " संजना आळस देत म्हणाली.

" अरे... तो... मिस्टर A.... त्याच्या तंबूत नाही आहे... त्याची सॅक पण नाही आहे.... गेला वाटते तो... " सुप्री म्हणाली.

" मी बघतो.. " एक जण पुढे जात म्हणाला.

" तुझ्या बघण्याने तो काय तिथे परित अवतरणार आहे का ? " सुप्री जरा रागात म्हणाली. खरंच आकाश नव्हता तंबूत.

एव्हाना सगळ्यांची झोप उडाली होती. काय करावं ते कळतं नव्हतं. "तो" असा कसा सोडून जाऊ शकतो आपल्याला....

" मला वाटते ना, या सुप्री मुळेच तो वैतागून निघून गेला असणार " एक मुलगी म्हणाली.

" हो हो.. मला पण तसंच वाटते. किती त्रास दिला हिने... त्याला. " अजून एकाने त्यात आपले विचार मांडून घेतले.

"हे बरं आहे.. एकतर मी त्याला बोलावून घेतलं... I mean... माझ्यामुळे तो मदत करायला तयार झाला... आणि आता मलाच सगळे बोलत आहेत... मी गरीब आहे ना म्हणून मला बोलतात सगळे. " सुप्रीचं तोंड एव्हडंस झालं.

सुप्री गप्प झाली आणि सगळी कडे शांतता पसरली. तिच्या एकटीच्या बडबडीमुळे एव्हढा आवाज होत होता. पण शांतता झाल्यावर आजूबाजूचे आवाज येऊ लागले. तसं पण ते सर्व जंगलात होते. पहाट होतं होती तसे वेगवेगळे पक्षी जागे होऊन आपले पणाची जाणीव करून देत होते. किती प्रकारचे पक्षी एकमेकांना साद घालत होते. जंगल जागं होतं होते. ते आवाज ऐकण्यात सगळे गुंग झाले. पहिल्यांदाच घडत होतं ना तसं, शहरात राहणाऱ्या या "प्राण्यांच्या" बाबतीत.

सकाळचे ७.३० वाजले तसा आकाश परत आला. बघतो तर सगळेच जागे झालेले आणि बाहेर एकत्र बसलेले. आकाशला ते पाहून गंमत वाटली.

" अरे व्वा !! मला वाटलं नव्हतं, कि तुम्ही एवढ्या लवकर जागे होता सगळे... छान... " आकाशला आलेलं पाहून सगळ्यांना हायसं वाटलं.

" ओ मिस्टर A ...... सांगून जाता येत नाही का... कुठे गेला होता तुम्ही... सगळ्यांना वाटलं कि माझ्यामुळे पळून गेलात तुम्ही... किती बोलले हे सगळे गरीब मुलीला... " सुप्री पुढे येत म्हणाली.

" बरं झालं बोलले सगळे.... छान झालं. " आकाश हसत म्हणाला.

" कुठे गेला होता तुम्ही सकाळीच... सगळ्यांना काळजी वाटतं होती. " संजना सुप्रीच्या मागूनच बोलली.

" पुढची वाट शोधायला गेलो होतो... आपल्याला कसं कसं जायचे आहे ते बघून आलो... आणि घाबरलात वाटते सगळे... " आकाश सगळ्यांकडे बघत म्हणाला.

" घाबरायचे कशाला... हा निसर्ग आपलाच आहे... तो आपली खूप काळजी घेतो... फक्त आपणच त्याची काळजी करत नाही." सगळे आकाशच बोलणं ऐकत होते. "चला आता गप्पा पुरे... सामान बांधायला घ्या... अर्ध्या तासात पुढच्या प्रवासाला निघूया... " असं म्हणताच सगळ्यांनी सामान आणि तंबू आवरायला घेतलं.

अर्ध्या तासात, ते सगळे आकाश सोबत निघायला तयार झाले. आपापल्या सॅक पाठीवर लावून सगळे तयार झालेले बघून आकाश म्हणाला...

" इथून काही अंतरावर एक गाव दिसलं मला. तिथे जाऊन काही मिळते का ते बघू.... मला वाटत नाही तिथे काही वाहनांची सोय होईल तुमच्यासाठी... भेटलंच तर आनंद आहे... चला निघूया.. " आकाश जाण्यास निघाला तशी संजना म्हणाली.

" लगेच निघायचे का... " त्यावर आकाश थांबला.

" म्हणजे ? ",

"लगेच म्हणजे आता अजून उजाडलेलं नाही... त्यात समोर एवढं धुकं आहे... अस्पष्ट दिसते सगळं... मग हा प्रवास आताच सुरु करावा का... असं माझं म्हणणं होतं.. "त्यावर आकाश म्हणाला.

" ते गावं, मी लांबून बघितलं. तिथे जाण्यास किती वेळ लागेल ते माहित नाही. आता निघालो तर संध्याकाळच्या आधी पोहोचु.... शिवाय कोणीतरी म्हणालं मला... इकडे एकही "छान" असं दिसलं नाही... "आकाश सुप्रीकडे पाहत म्हणाला. सुप्री उगाचच इकडे तिकडे बघत ,आपण काही ऐकलंच नाही असा भासवत होती. " ते छान बघण्यासाठी आत्ताच निघावं लागेल... चला लवकर"

सगळे आकाशच्या मागोमाग त्या जंगलातून कुठेतरी वरच्या बाजूला चालत होते. त्याने सांगितल्याप्रमाणे, प्रत्येकजणाने एकमेकांचे हात पकडले होते. समोरचं काहीच दिसतं नव्हतं, एवढं धुकं होतं. त्यातल्यात्यात आकाश सोबत होता म्हणून... तो सगळयांना रस्ता दाखवत होता. सुप्री आणि संजना एकत्र होत्या. त्यात सुप्रीला कुठेही बघण्याची सवय... त्या दोघी कधी एकमेकींना तर कधी समोर अचानक येणाऱ्या झाडावर आपटत होत्या. आपटत-धिपटत दोघी आपल्याच धुंदीत चालत होत्या. आकाशने ते बघितलं. त्या जशया जवळ आल्या तसं त्याने विचारलं,

" डोकं आपटून घेयाची सवय आहे का दोघीना.... " त्यावर सुप्रीचा reply

" आमचं डोकं आहे.. ते आपटू नाहीतर काहीपण करू.... तसं पण काही होणार नाही आम्हाला... आधीच डोक्यावर पडलेले आहोत आम्ही.... " आणि हसायला लागली जोरात...

" गप्प येडे... " संजना म्हणाली. आणि आकाश कडे बघत सॉरी म्हणाली.

"चला हा पटपट.... कारण तुम्हीच दोघी मागे आहात. हरवला कुठेतरी तर परत येणार नाही शोधायला.",

" नका येऊ... माझा गणू आहे, माझी काळजी घ्यायला." सुप्री म्हणाली.

"ok ,ठीक आहे." म्हणत आकाश पुढे गेला. संजना घाबरली , सुप्रीचा हात पकडून तिला ओढतच पुढे घेऊन आली.

अशीच १०-१५ मिनिटे गेल्यावर , एका मोकळया जागी ते आले. आकाशने सर्वांना थांबायला सांगितले. त्याने माणसं मोजली. सगळे होते. " आता, आपल्याला वर चढण चढायची आहे. तर खबरदारीने चढाई करा.... इथून पुढे जाण्याचा हा एकचं रस्ता आहे, त्यामुळे हि चढाई करताना , सगळ्यांनीच एकमेकांचे हात धरून चढाई करुया. मी पुढे आहे, माझ्या बरोबर मागोमाग या सर्वानी.... सावकाश एकदम... " सर्वच गंभीर झाले. एकमेकांचे हात पकडून हळूहळू ते सर्व आकाशच्या मागून जात होते. आजूबाजूला पूर्णपणे धुक्याची दाट चादर. कुठे चाललो आहोत, कधी पोहोचणार , हे आकाश शिवाय कोणालाच माहित नव्हतं. थोडीशी चढाई झाल्यावर आकाश "थांबा" म्हणाला.

" सगळे आहेत ना सोबत... कोणाचा हात सोडला नाहीत ना... " आकाशने विचारल्यावर " आम्ही एकत्र आहोत सगळे... " असा सगळ्या ग्रुपने आवाज केला.

" बरं, आता सगळ्यांनी डोळे बंद करा. " आकाश म्हणाला.

"कशाला ओ मिस्टर A... ढकलून देणार का आम्हाला डोंगरावरून... " सुप्रीने लांबूनच विचारलं...

" ज्यांना यायचे असेल त्यांनीच या... कोणावर जबरदस्ती नाही... " सुप्री त्यावर गप्प झाली.

एकमेकांचे हात पकडून , पकडून ते चालत होते, आकाश वर पूर्ण विश्वास ठेवून... " डोळे बंदच ठेवा.... मी सांगेन तेव्हा उघडा." आकाश पुन्हा पुन्हा तेच सांगत होता. ५ मिनिटे झाली असतील चढाई करून. पुन्हा आकाशचा आवाज आला. सगळ्यांचे डोळे बंदच होते. " आता एक सपाट जागा आली आहे... तर मी सांगेन तिथेच सगळ्यांनी उभं राहा.... ",

"हो" सगळ्यांनी आवाज दिला. पुढे अजून २ मिनिटे चालल्यावर आकाशने सगळ्यांना थांबवलं. आकाश एकेकाचा हात पकडून त्यांना योग्य ठिकाणी उभं करत होता. डोळे अजून बंदच सगळ्यांचे...

" ओ मिस्टर A... उघडू का डोळे... " सुप्री बोलली.

"wait.. अजून नाही... "..... २-५ मिनिटे अशीच गेली असतील," आता हळू हळू डोळे उघडा... " आकाशचा आवाज आला आणि सगळ्यांनी डोळे उघडायला सुरुवात केली.

समोर एक मोठ्ठा डोंगर दिसत होता. अजूनही धुकं होतंच. तरी सूर्यप्रकाशामुळे धुकं हळूहळू विरळ होतं होते. समोरचं दृश्य अजूनच स्पष्ठ दिसायला लागले होते. लांबच्या लांब तो डोंगर पसरला होता. काही ठिकाणी ढग विसावले होते. मधून मधून उंचच उंच धबधबे आणि झरे ओसंडून वाहत होते. पाणी मिळेल त्या वाटेतून स्वतःला झोकून देत होते. पूर्ण डोंगर हिरव्याकंच हिरवाईने नटून गेला होता. मधूनच एखादा पक्षांचा थवा नजरेस पडत होता. नजर जाईल तिथे हिरवळ आणि झरे.... त्यात सूर्योदय होतं असल्याने पूर्ण हिरवाई आता चमकत होती. आजूबाजूने वाहणाऱ्या धुक्याने त्या सर्वांचे चेहरे आणि कपडे ओले केले होते. त्यात मधेच येणाऱ्या थंड वाऱ्याच्या झुळुकेने अंग शहरल्या सारखं होतं होते. शहरातल्या त्या "पाखरांना" हे दृश्य नवीनच होतं, डोळे भरून ते बघत होते. आकाशने सुद्धा दोन -तीन फोटो काढून घेतले पटकन. नंतर त्या ग्रुपकडे नजर टाकली. त्यांना कोणीतरी " स्टॅच्यू " केलं आहे असंच वाटलं असतं बघणाऱ्याला. त्यांचाही फोटो आकाशने काढून घेतला. फोटोत काहीतरी दिसलं त्याला.

सुप्रीच्या डोळ्यातुन पाणी वाहत होतं. हळूच बाजूला जाऊन उभा राहिला. रुमाल पुढे केला.

तेव्हा सुप्री भानावर आली... " No thanks.... " म्हणत स्वतःच्या हाताने तिने डोळे पुसले.

थोडावेळ सगळेच तिथे बसून होते. मनात ते सगळं भरून घेत होते. संजना दुसऱ्या एका मैत्रिणी बरोबर बसली होती, सुप्री मात्र जरा लांबचं पण एकटी बसली होती. आकाश संभ्रमात पडला. संजना जवळची मैत्रीण बाजूला गेल्यावर आकाश संजनाच्या बाजूला जाऊन बसला.

" बोलायचे होते काही... बोलू का... " आकाशने संजनाला विचारलं.

" हो ... बोला ना... " संजना त्या निसर्गाकडे पाहतच म्हणाली.

" म्हणजे हे जरा विचित्र वाटते म्हणून विचारत आहे मी.... तुमची मैत्रीण सुप्रिया... मघाशी तिच्या डोळयात पाणी बघितलं मी... आणि आता सुद्धा ती तिथे दूर जाऊन बसली आहे ... तुम्ही तिच्या best friend आहात ना... तरी असं का... " संजनाने आकाशकडे पाहिलं, आणि पुन्हा ती समोर कोसळणाऱ्या झऱ्याकडे पाहू लागली.

" सुप्रीला मी खूप आधीपासून ओळखते. शाळेपासून... ती स्वच्छंदी आहे, मनमोकळी आहे.... life कडे एका वेगळ्याच नजरेने बघते ती. सारखी हसत असते.... लोकांना कधी कधी वेडीच वाटते ती, पण अचानक भावुक होते कधी कधी.... म्हणजे मला सुद्धा कळत नाही का ते.... तस कधी रडताना बघितलं नाही तिला, पण अशी कधी ती इमोशनल होते, तेव्हा डोळ्यात पाणी येते तिच्या.... थोडावेळ कोणाशीच बोलत नाही ती... एकटी एकटी राहते, जवळ कोणीच नको असते तिला... मी सुद्धा नाही. असं खूप वेळा झालं आहे... मग नॉर्मल झाली कि येते हाक मारत, तेव्हा पुन्हा तीच हसणारी,बडबड करणारी सुप्री असते ती.... "

"मग तुम्ही कधी विचारण्याचा प्रयत्न केला नाही तिला ? " आकाशचा प्रश्न...

" विचारलं एक-दोनदा... उत्तर आलंच नाही तिच्याकडून.... तिला तिची space देते मी... " संजना सुप्रीकडे बघत म्हणाली.

आकाश सुद्धा सुप्रीकडेच बघत होता. एकटीच कुठेतरी दूरवर नजर लावून बसली होती.

" मला सुद्धा काही बोलायचे आहे तुम्हाला... " संजनाच्या आवाजाने आकाशचं लक्ष सुप्रीवरून संजनाकडे आलं. " काय ते ? " ,

"त्यादिवशी... तुमच्या अंगावर चिखल उडाला... म्हणजे मुद्दाम नाही उडवला.... त्याबद्दल सॉरी.. " आकाश हसला त्यावर.

" ठीक आहे... चालायचं ते... शहरात आलं कि असे प्रकार घडतात माझ्या बाबतीत... त्याचं काय एवढं वाईट वाटून घेयाचं... शिवाय ते तर मी कधीच विसरलो देखील.... तुम्हीसुद्धा मनातून काढून टाका ते... " संजनाला ते ऐकून बरं वाटलं.

" तुम्ही शहरात का राहत नाहीत... घरी कोण कोण असते... means जर तुम्हाला सांगायचे नसेल तर सांगू नका हा,... "

"शहरात आहे माझी फॅमिली... पण मला इथेच बरं वाटते... " संजना त्यावर काही बोलली नाही.

थोडावेळ दोघेही शांत होते. नंतर आकाशच बोलला. " ते तिथे दूरवर गाव दिसते आहे ना... तिथे जायचे आहे आपल्याला... थोड्यावेळाने निघूया... तोपर्यंत तुमची friend नॉर्मल होते का बघा... " म्हणत आकाश उभा राहिला...

सगळ्यांना आकाशने ५ मिनिटात तयार होण्यास सांगितले. सुप्री देखील काहीही न बोलता तयार झाली. पुढच्या ५ मिनिटात सगळे त्या जागेचा निरोप घेऊन निघाले. झाडा-झुडुपांनी भरलेल्या त्या वाटेतून जाताना सगळ्यांना एक वेगळीच मज्जा येत होती. आकाश चालत चालत सगळ्यांकडे लक्ष ठेवून होता... specially, सुप्रीकडे जास्त लक्ष होतं त्याचं. अजूनही ती गप्पच होती. पुढच्या २ तासांनी, कधी चालत कधी विश्राम करत ते सगळे गावाजवळ पोहोचले.

पावसात कसं हिरवं हिरवं होतं गावं.... इथेही तसंच होतं. वाटेवर जणू हिरव्या रंगाची शाल पांघरली होती निसर्गाने, मोठ्या सोहळ्यात जसे "red carpet" असते ना अगदी तसंच, या सर्वांचे स्वागतच होतं होते त्याने. चोहीकडे रानटी गवत उभे राहिलेले होते. त्यातून बैलगाडीच्या सतत जाण्याने , चाकाच्या बाजूची मधेच दोन बाजूंना वेगळी वाट निर्माण केली होती. गवत तरी किती हुशार बघा... ते तेवढा भाग सोडून बाकीकडे उगाचच मोकाट पसरलेलं. त्या गवतांवर चरणारे किडे, नाकतोडे निवांत बसून त्यांचं काम करत होते. याच्याकडे अजिबात लक्ष नव्हतं त्यांचं. त्यातल्या त्यात काही पक्षी त्या किड्यांवर ताव मारत होते. ते सुद्धा निवांत... अजून पुढे, दूरवर पसरलेली शेतं नजरेस पडत होती.... कसली ते माहित नाही, फक्त बुजगावणं असल्याने ते शेत आहे हे कळत होतं. मधेच एखादा गोफण गरगर फिरवत दूरवर दगड भिरकावयाचा... त्याबरोबर शेतात लपून बसलेला पक्षांचा थवा केकाटत बाहेर पडायचा. हे सर्व मोहवून टाकणारे होते.

गावाच्या हद्दीत जसा प्रवेश केला तसा शेणाने सारवलेल्या जमिनीचा छान सुगंध येऊ लागला. दारासमोर चिख्खल झालेला, तरीही शहरातल्या लोकांसारखे गावातले कोणी नाक मुरडत नव्हतं. त्यातूनच अनवाणी पायाने चालत ते आपल्या कामाला निघत होते. काहीजण या सर्वांना बघून , त्याची विचारपूस करायला आले. माणुसकी अजून कुठे जिवंत आहे ती या गावांमध्ये. आकाशने वाट चुकलो आहोत, शहरात जाण्यासाठी वाहन शोधत आहोत हे सांगितलं. दुर्दैवाने त्या गावात तरी तसं कोणतीच व्यवस्था नव्हती. आकाशने ते सर्व ग्रुपला समजावून सांगितलं. परंतु एकाने ... पुढच्या गावात तसं वाहन मिळू शकेल असं सांगितल्यावर सगळे खुश झाले. आकाशने सर्वांकडे बघितलं, दमलेले सगळेच, शिवाय दोन दिवसापासून कोणीच अंघोळ नाही केलेली किंवा पोटभर जेवले होते. गावात आलोच आहे तर इथे आजचा दिवस थांबून उद्या सकाळी निघूया, असा विचार आकाशने सगळ्यांना बोलून दाखवला, सगळ्यांना ठीक वाटलं ते. गावात तर tent लावू शकत नाही, त्यामुळे गावापासून पुढे,थोडंसं लांब एका लहानश्या पठारावर त्याने मुक्काम करायचा ठरवलं.

तिथे जाऊन आकाशने प्रथम सगळ्यांना तंबू लावायला मदत केली...

" मी गावात बोललो आहे... ते मदत करायला तयार आहेत.... ज्यांना कोणाला अंघोळ वगैरे करायची असेल तसं जाऊन त्यांना सांगा... ते करतील व्यवस्था, जेवणाचे ते आणून देतील स्वतःच... कळलं ना सगळ्यांना... " आकाश बोलला.

" आणि तुम्ही.... तुम्ही कुठे निघालात.. " संजनाने विचारलं. आकाश निघायच्या तयारीत होता, ते ऐकून थांबला.

" संध्याकाळ होण्याच्या आता येतो परत... पुढचा रस्ता कसा आहे ते बघायला हवं ना... ",

"तुम्हाला भूक लागत नाही का... " संजनाने विचारलं.... त्यावर आकाश फक्त हसला. त्याची सॅक लावली पाठीला. आणि निघून गेला. सर्वांना सांगितल्याप्रमाणे, सगळ्यांनी अंघोळ वगैरे करून घेतली. एवढ्या दिवसांनी काहीतरी चव लागेल असं खायला मिळाल्यावर सगळ्यांनी, गावकऱ्यांनी दिलेल्या जेवणावर आडवा हात मारला. पावसानेही जरा उसंत घेतली असल्याने छान वातावरण होतं बाहेर. पोटभर जेवून , दमलेले सगळी शहरी मंडळी... आपापल्या तंबूत जाऊन शांत झोपले.

आकाश परतला तेव्हा संध्याकाळची उन्ह परतू लागली होती. घड्याळाचा काटा ६ वर आला होता. आकाश सुद्धा दमलेला होता. प्रथम तोही गावात जाऊन अंघोळ करून आला. थोडंसं खाऊन आणि रात्रीच्या जेवणाचं सांगून तो आपल्या tent मध्ये आला. सगळे त्याचीच वाट बघत होते. एवढंच कि सगळे वेगवेगळे, २-३ जण एका बाजूला निवांत गप्पा मारत बसले होते.

" मिळाला का रस्ता तुला... सॉरी तुम्हाला. " संजना जीभ चावत म्हणाली.

" मिळाला... उद्या निघू पहाटे... " आकाश सॅक एका बाजूला ठेवत म्हणाला. " बाकी सगळे जेवलात ना पोटभर... ",

"हो..",

"आणि तुमची friend... ती कुठे दिसत नाही ती... " आकाश आजूबाजूला बघत म्हणाला.

" ती ना... ती बघा तिथे बसली आहे ." संजना बोट दाखवत म्हणाली. सगळा ग्रुप tent जवळच बसला होता. सुप्री मात्र जरा वरच्या बाजूलाच पण एकटी बसली होती.

" ok... मी रात्रीच्या जेवणाचेही सांगितलं आहे... ते येतील थोड्यावेळाने.... मी जरा आराम करतो.... आणि हो, एकेरी नावाने बोललात तरी चालेल. " संजना हसत निघून गेली.

५ च मिनिटं झाली असतील. आकाशला झोप लागत नव्हती. बाहेर नजर टाकली तर बाकीचे अजूनही गप्पा मारत बसलेले होते. संजनानेही आपल्या गप्पा दुसऱ्या मैत्रिणी बरोबर सुरु केल्या होत्या. हळूच त्याने सुप्रीकडे नजर टाकली. सकाळपासून ती तशीच गप्प गप्प होती. आताही एकटीच बसून होती. आकाश त्याच्या तंबूतून बाहेर आला. हळूच तिच्या मागे जाऊन उभा राहिला. सुप्रीला लगेच कळलं ते. तरी काहीच reaction नाही तिची. आकाश खाली बसला पण जरा दूरचं तिच्यापासून. थोड्यावेळाने आकाश बोलला.

" काही विचारू का... if you don't mind... ",

"हम्म.. " सुप्री बोलली.

"तुम्ही गप्प गप्प ,शांत... बऱ्या दिसत नाहीत. ",

"का ?" सुप्रीने विचारलं.

" means... या दोन-तीन दिवसात तुमच्या बडबडीची सवय झाली आहे ना... आणि अचानक शांत झालात एवढ्या... बरं , त्या तुमच्या friend सोबत सुद्धा बोलत नाहीत. म्हणून विचारलं." सुप्री काही बोलली नाही.

" पुन्हा... सकाळी त्या डोंगरावरून तो छान नजारा पाहताना... तुमच्या डोळ्यात पाणी आलं... म्हणजे मला खूप कुतूहल निर्माण झालं आहे... कि एवढी हसरी, सतत बोलणारी मुलगी... रडू पण शकते..... काय झालं नक्की ? " तेही सुप्रीने ऐकून घेतलं आणि तशीच शांत बसून राहिली. आकाशला कळून चुकलं कि हि काही बोलणार नाही, संजनाचं बरोबर होतं. कुणाशी ती बोलत नाही,म्हणून आकाश उठून जाऊ लागला. तसा मागून आवाज आला.

" ते दृश्य बघून एक वेगळीच फीलिंग झाली मनात. " सुप्रीच बोलली ते.

आकाश तिच्याकडे न बघता तसाच तिच्यापुढे पाठ करून बसला. " ते धुकं... अंगाला चिटकून जात होतं, ते वरून कोसळणारे झरे.... त्यातून वाट काढत उडणारे पक्षी... एकदम शांत झालं मन.... असं वाटलं कि जीवनाचा हाच आनंद होता, जो इतकी वर्ष शोधत होते... एक जाणीव झाली, कि शांतता आपल्या मनातच असते, फक्त ती शोधून काढायला कोणीतरी वाटाड्या भेटला पाहिजे.. तो आनंद भेटला, मन शांत झालं..... एवढं छान दृश्य समोर दिसल्यावर .... पाऊस आला भरून, मनात आणि डोळ्यात... " सुप्री आताही डोळे पुसत म्हणाली.

आकाश तिचं बोलणं ऐकून चकीत झाला. "मला वाटलं नव्हतं, इतके सुंदर विचार आहेत तुमचे... एक वेगळंच व्यक्तिमत्त्व आहे तुमच्यात... फक्त ते लपवून ठेवता तुम्ही जगापासून, का ते माहित नाही... माझी आई बरोबर बोलते मग, जे सारखे हसत असतात ना... ते मनात खूप दुःख लपवून ठेवतात..... कसं असते ना, आपल्याला एकचं life भेटते आणि ती अशी घुसमटत ठेवली ना, तर स्वतःलाच त्रास होतो... त्यामुळे जे असेल ना, ते बाहेर काढायचं. रडावसं वाटलं तर रडून घेयाचं.... हसावं वाटलं तर मोकळेपणाने हसायचे... कारण गेलेला प्रत्येक क्षण.... हा कधीच परत फिरून येणारा नसतो...त्यामुळे जीवनातला प्रत्येक क्षण जगायचा. " आकाशने स्वतःच मत मांडलं. सुप्री शांतपणे ऐकून घेत होती. " आता समोरच दृश्य बघा... किती positivity भरली आहे त्यात.... इतका वेळ तुम्ही समोर बघत होता, आणि विचारात गुंतून गेला होता.... या कडे तुमचं लक्षच नसेल. " सुप्री समोर बघू लागली.

संध्याकाळ होत होती. ते जिथे बसले होते, तिथून गावाचं विहंगम दृश्य नजरेस पडत होतं.पाऊस नसल्याने आणि सूर्यास्त होत असल्याने..... पश्चिमेकडचं आभाळ कलंडत्या सूर्याने सोनेरी, गडद नारंगी रंगाचे झाले होते. दूरवर पर्वतांची रांग दिसत होती. त्यावर अस्पष्ठ असे , काही मागे सुटून गेलेले ढग तरंगत होते... खाली चरायला गेलेल्या गायी-वासर परत गावात येत होते. त्यांच्या हंबरण्याने आणि चालण्याने एक वेगळाच ध्वनी तयार होतं होता.... पक्षांचे थवेच्या थवे आपापल्या घरी निघाले होते.... कुठेतरी दूर, गावच्या जुन्या

मंदिरात, संध्याकाळच्या पूजेची तयारी चालू होती. त्यात चालु असलेला घंटानाद, त्या संध्याकाळच्या थंड हवेत मिसळला जात होता. दमले-भागलेले शेतकरी.... पुन्हा घराकडची वाट पकडत होते. मावळत्या सूर्याने त्यांच्या सावल्या लांब करून, त्यांच्या आधीच त्यांना घरी पोहोचवलं होतं. येणाऱ्या वाऱ्यासोबत झाडं डोलत, आपल्या झोपायची तयारी करत होते... किती छान !!!!

" बघा... थोड्यावेळाने अंधार होईल... हे सगळं दिसेनासं होईल.... तरीही किती आनंद आहे या सगळ्यात.... काळोख होतं असला तरी त्यांना माहित आहे कि प्रकाश नक्की होईल पुन्हा... अशीच positive thinking असावी नेहमी.... " सुप्रीला मनापासून पटलं ते... " तर मग, चला आता... रात्र होईल ना... tent कडे जायला हवे... " आकाश तेव्हढं बोलून निघाला. सुप्री हि निघाली...

"thanks... " सुप्री म्हणाली.

" thanks कशाला ?.... आणि कोणाला म्हणायचे असेलच तर ते स्वतःला म्हणा..... कारण प्रत्येक वेळेस एकच व्यक्ती असते आपल्यासोबत... ती व्यक्ती म्हणजे आपण स्वतः... प्रत्येक सुखात ,दुःखात स्वतःला thanks म्हणालं तर life आणखीन छान होईल... " म्हणत आकाश खाली निघून गेला.

सुप्रीच्या चेहऱ्यावर प्रसन्नता होती. आकाश तर केव्हांच त्याच्या tent मध्ये जाऊन झोपला. सुप्री खाली आली आणि संजनाला शोधू लागली. संजना दिसली तशी तिला जाऊन मिठी मारली सुप्रीने.

" काय मॅडम... जाग्या झालात वाटते. " संजना हसत म्हणाली.

" हो, गाढ झोपेतून कोणीतरी उठवलं असं वाटते आहे आता. " सुप्री हसत म्हणाली.

"चल ना... शेकोटी करूया आणि सगळ्यांसोबत गाणी बोलू ... मज्जा करू... " सुप्रीची बॅटरी charge झाली होती आता... थोड्यावेळाने , शेकोटी पेटवली आणि यांची गाणी सुरु झाली. आकाशने हि थोड्यावेळाने त्यांना "join" केलं. बराच वेळ त्यांची गाणी चालू होती. यानंतर रात्री गावकऱ्यांनी जेवण आणून दिलं. छानपैकी जेवण करून सर्व जेवायला गेले. आकाश अजूनही शेकोटी जवळ बसून होता.

सुप्री त्याच्याजवळ आली. " झोप येत नाही वाटते कोणालातरी..... " तसं आकाशने मागे वळून बघितलं. आणि हसला.

"असं काही नाही... मघाशी झोपलो होतो ना... म्हणून जरा उशिरा झोपीन.... पुन्हा उद्याचे विचार चालू आहेत डोक्यात... त्या गावात लवकरात लवकर पोहोचलो , आणि तिथे काही वाहन मिळालं तर तुम्हाला उद्याचं शहराकडे निघता येईल ना... " आकाश शेकोटीत लाकडं टाकतं म्हणाला.

" हम्म....... लगेच कंटाळलात वाटते आम्हाला.... गणू , बघ रे.......कशी असतात लोकं... " त्यावर दोघेही हसायला लागले.

"तसं नाही.... पण तुम्ही लवकरात लवकर घरी जाऊ शकता ना... मी तर इकडेच असतो फिरत.... by the way.... पुन्हा नॉर्मल झालात वाटते... छान असंच राहायचं नेहमी.... बरं, तुम्ही आता झोपायला जा... कारण उद्या जमलं तर लवकर निघू... मी झोपतो थोडयावेळाने... " सुप्री झोपायला गेली. जाता जाता परत आली.

" thanks... मिस्टर A... आता तरी नावं सांगा.. " ,

"सांगेन कधीतरी... " म्हणत आकाश पुन्हा शेकोटी कडे पाहू लागला. सुप्री हसतच तिच्या तंबूकडे आली आणि झोपी गेली.

आकाश उशिरा झोपला पण सकाळी वेळेत उठला. बाकीचे सगळे झोपले होते. लवकर निघायचे होते म्हणून सगळ्यांना जागं करून आंघोळी साठी गावात पाठवून दिलं. गाववाल्यांनी सुद्धा खूप मदत केली त्यांना . आकाश निरोप घेयाला गेला तेव्हा सुद्धा त्यांनी प्रवासात काहीतरी खाण्याचे बांधून दिलं. आकाश पुन्हा त्याच्या tent जवळ आला तेव्हा, बाकीच्यांनी सामान आणि तंबू बांधून सुद्धा ठेवले होते.

" अरे व्वा !!!! शिकले वाटते सगळे.... छान... " आकाश आनंदात म्हणाला.

" छान वगैरे राहूदे... तुमचंच सामान राहिलं आहे... तुमच्यामुळे उशीर होणार आता.. चलो जल्दी... निघणे का है.... " सुप्री वेडावत म्हणाली.

" सॉरी मॅडम.... लवकर तयारी करतो... " आकाशच्या त्या उत्तराने सगळे हसू लागले.

आकाशने १० मिनिटात सामान बांधलं, पाठीवर सॅक लावली आणि म्हणाला, " चला मग... निघूया का भटकंतीला...",

"हो !!! " सगळे एकसुरात म्हणाले आणि त्यांचा पुढचा प्रवास सुरु झाला.

पुढचा stop म्हणजे आकाशने बघितलेलं गावं ... ते सुद्धा तसं लांबच होतं, पण आकाशच्या calculation नुसार संध्याकाळपर्यंत पोहोचण्याची शक्यता होती. तसाच आकाशचा अंदाज होता. परंतु निसर्गाला ते मान्य नसावं बहुदा. तो लहान डोंगर उतरून ते खाली येतंच होते. तेवढयात ,कुठून कोणास ठाऊक, जोरदार वारा सुरु झाला,अगदी अचानक. सगळेच घाबरून गेले. आकाश सुद्धा बावरून गेला. थोडयावेळाने सावरलं स्वतःला त्याने. पण तो वारा काही कमी होतं नव्हता.त्यात पावसाने सुद्धा सुरुवात केली. अजूनच भांबावून गेले सगळे. काय करायचे ते सुचत नव्हते आकाशला. गावं तसं लांबच होतं ते. तिथे पोहोचणं तर गरजेचं होतं. शिवाय त्या वादळापासून सुद्धा या सगळ्यांना वाचवायला हवे. आकाशने वर आभाळात बघितले. ढगांची अजूनच गर्दी होत होती. पावसाचा वेग वाढतच चालला होता.

यावेळेस कोणतातरी आडोसा घ्यावा हेच आकाशच्या ध्यानात आलं. परंतू एवढा मुसळधार पाऊस होता कि डोळेही नीट उघडता येत नव्हते. पावसाचे थेंब नुसते टोचत होते चेहऱ्यावर. एका हाताने चेहरा झाकत आकाश आजूबाजूला बघू लागला. थोडया अंतरावर , एका खडकाच्या , पुढे आलेल्या भागाने ,त्याखाली एक आडोसा निर्माण झाला होता, नैसर्गिक छप्पर. त्यावेळेस तीच काय ती सुरक्षित जागा होती. आकाशने हाताने खूण करून सगळ्यांना तिथे जमायला सांगितले. प्रचंड वारा, वादळ होतंच... त्या नैसर्गिक छप्पराखाली

ते जमा झाले. अजूनही ते भिजतच होते,फक्त कमी प्रमाणात. एव्हडंस चालले होते ते, त्यात वाऱ्याचा ,पावसाचा सामना करून दमून गेले सगळे.

"शी !! यार.... आताच तर अंघोळ केली होती ना... लगेचच भिजवलं पावसाने. " संजना उगाचच चिडत म्हणाली.

"असंच पाहिजे एका मुलीला... " सुप्री हसत म्हणाली. एवढंच काय ती मस्करी आणि तेवढंच हसू.. बाकी सगळे कुडकुडत उभे होते. गारठलेले ना सगळे. आकाशचं त्यांच्याकडे लक्ष नव्हतं. तो वर आभाळात बघत होता. मोठ्ठ वादळ येणार बहुदा. बाजूला कोण आहे ते नीट दिसत नाही, एवढा पाऊस... त्या गावात कसं पोहोचणार... मागे गावात जाऊ शकत नाही... आणि पाऊस इतक्यात थांबेल असं पण वाटत नाही... आकाश विचार करत होता. पाऊस थांबला तरी इथे तंबू उभे करू शकत नाही. वरून डोंगरावरून काहीही खाली येऊ शकते. आकाशला काय करावं ते सुचत नव्हतं.

थोड्यावेळाने एका मुलाने विचारलं," कधी निघायचं, काय करायचं... हे ठरवलं आहे का ?" आकाशने काही उत्तर दिलं नाही.

" मला वाटते, आताच पुढे जाणे, बरोबर नाही. इथेच कुठेतरी थांबावं लागेल. " थोड्यावेळाने आकाशच उत्तर आलं.

तसा अजून एक मुलगा पुढे आला आणि म्हणाला. " हे जर असंच चालत राहिलं ना... तर घरी पोहोचणारच नाही आम्ही..."आकाशने फक्त एकदाच पाहिलं त्याच्याकडे... जसं काही मीच यांना इथे पिकनिकला यायला सांगितले होते.

" ठीक आहे... चला मग, सरळच जायचे आहे आपल्याला... सांभाळून पाय ठेवा.. पाय घसरेल... so be careful... " आणि त्या मुसळधार पावसात पुन्हा निघाले सगळे. सगळीकडेच पाणी वाहत होतं. निसरडं झालेलं सगळं. सगळेच पडत होते, धडपडत होते. खरचटलं खूप जणांना. पण सांगणार कुणाला. आकाशचं न ऐकण्याचा परिणाम होता तो.

खूप जणांच्या पायाला लागला होतं, हातातून रक्त येत होतं. त्यात पावसाचा जोर अजूनच वाढत चालला होता. तरीही ते सगळे पुढे चालत होते. तर समोर अजून एक संकट उभं... नदी.... नदीच्या पलीकडे ते गावं. in fact, नदीपासून खूप दूर होतं ते गावं, नदीचं पाणी प्रचंड वेगाने वाहत होतं. आकाश नदी ओलांडण्यासाठी रस्ता शोधू लागला. नदी पासून हे सगळे खूप लांब उभे होते. तरीदेखील पाण्याच्या होणाऱ्या आवाजाने घाबरून गेले.

" तुम्ही जरा वेळ इथेच थांबा... मी बघून येतो पुढचं.. " डाव्या बाजूला निघाला आकाश... थोड्याच अंतरावर पोहोचला आकाश.. जिथून पाणी खाली पडत होतं... एक लहानसा उभार होता तिथे... आकाश काळजीपूर्वक निरीक्षण करत होता. इतरवेळेस, पाऊस नसताना, तिथून प्रवास करणं अगदीच सोप्पं होतं. पलीकडल्या गावातली माणसं हाच रस्ता वापरात असतील नदी पार करण्यासाठी... पण पावसात तर ते निव्वळ अशक्य होतं.

आकाश पुन्हा सगळ्यांजवळ आला. तिथून ती जागा दिसत होती. तिथे बोट दाखवत आकाश म्हणाला," तिथून जाणं खूप त्रासदायक होईल... शिवाय एवढं पाणी असताना तो

रस्ता वापरणे धोकादायक आहे.. " आकाशचे ते बोलणं ऐकून सगळेच नाराज झाले. " हा, पण पुढे एकदा पूल तरी असावा.. कारण नदी पार करण्यासाठी पूल असावा लागतो नदीवर.. तर आता सगळे उजव्या बाजूला चालत जाऊया.. पूल भेटला तर पलीकडे जाता येईल. " आकाश म्हणाला. पावसाचा जोर तसाच होता अजून. सोबत वारा.

तो आधीच मुलगा परत म्हणाला. " पण तुम्हाला माहिती आहे का... इथून पूल किती अंतरावर आहे ते किंवा पूल तरी आहे का ते माहिती आहे का ......" आकाशने नकारार्थी मान हलवली.

" मग इथूनच जाऊ ना... काय प्रॉब्लेम आहे... " शेवटी न राहवून आकाश बोलला.

" प्रॉब्लेम असा आहे कि तिथून आता तरी नदी पार करणं अशक्य आहे.. पाण्याला वेग प्रचंड आहे... नीट उभं सुद्धा राहू शकत नाही त्या वेगात... ",

"आता एवढं आलो ना, तर तेवढं तरी पार करू शकतो आम्ही... चला लवकर... ",

" हे बघा घाई करू नका.... पाऊस कमी झाला कि जाऊच आपण... ऐका माझं.... प्लिज... ",

" किती दिवस ऐकतोच आहे ना तुमचं... ते काही नाही.... मला लवकर घरी पोहोचायचे आहे बस्स... कोणी येत असेल तर चला माझ्यासोबत .... मी निघालो. " अस म्हणत तो निघाला. त्याला जाताना बघून अजून दोन मुली त्याच्या मागून निघाल्या.

आकाश त्याच्याकडे फक्त बघत राहिला. ते पुढे गेले तसा आकाश बाकीच्यांकडे बघत म्हणाला,"अजून कोणाला जायचे असेल तर जाऊ शकतात ...... आणि ज्यांना माझ्यासोबत यायचे आहे त्यांनी चला... " म्हणत आकाश निघाला. बाकी सगळे विचारात पडले. नक्की कुठे जायचे.... आकाश पुढे जाऊन थांबला. मागे वळून बघितलं तर बाकी सगळे अजून तिथेच थांबलेले... त्यांना बघून आकाश पुन्हा थांबला, त्या सर्वांकडे बघत. अचानक त्याला लांबून कोणीतरी पळत येताना दिसलं. अरेच्या !! हि तर मघाशी गेलेल्या मुलींपैकी एक आहे...आकाशने ओळखलं तिला. तसा तोही तिच्याकडे धावत पोहोचला. प्रचंड घाबरलेली ती, रडत होती.

" काय झालं..... काय झालं..... आणि ते दोघे कुठे आहेत.. " संजनाने विचारलं. ती काहीच बोलत नव्हती. फक्त रडत होती आणि "त्या" दिशेला बोट दाखवत होती. आकाशने क्षणाचाही विलंब न करता , आपली पाठीवरील सॅक खाली टाकून दिली आणि त्या दिशेला पळत सुटला.

काहीच वेळात तो पोहोचला ,तसं समोरच दृश्य बघून स्तिमित झाला. ते दोघे, नदीच्या प्रवाहात होते. नदीच्या प्रवाहात वाहून आलेल्या एका लाकडी ओंडक्याला कसेबसे धरून होते ते. आकाशला बघताच दोघेही ओरडू लागले...

"वाचवा !! वाचवा !!! "... डोकंच चालत नव्हतं आकाशचं... कदाचित नदी पार करताना... पाय घसरून दोघेही पाण्यात पडले... एक मागे राहिली म्हणून वाचली. पाण्याचा वेग वाढत होता. काहीतरी करावं लागेलंच... पटकन नदीच्या पात्रात शिरला. सावकाश.... सांभाळून... हळूहळू... नदीतल्या दगडांना पकडत... त्यालाही उभं राहता येत नव्हतं त्या प्रवाहात... कसाबसा तो पोहोचला, तरी ते थोडे लांबच होते. पुन्हा बाहेर आला. आजूबाजूला बघितलं त्याने. समोरच एक मोठी वेल होती. तीच जोर लावून तोडली त्याने. तसाच पुन्हा नदीत शिरला. तोपर्यंत बाकीचे तिथे आलेले. ते सुद्धा घाबरले... " त्या वेलीच टोक घट्ट पकडून ठेवा... " आकाशने ओरडून सांगितलं. चार-पाच मुलांनी वेल पकडून ठेवली.

आकाश त्या दोघांजवळ पोहोचला आणि वेलीचं दुसरं टोक त्याने त्या मुलीजवळ फेकलं. "पकड लवकर.. " तसं त्या मुलीने वेल पकडली.

" घट्ट पकड.. " म्हणत आकाशने तिला ओढून घेतलं. त्याच्याजवळ आली तसं तिची बॅग पकडून तिला तसंच खेचत बाहेर आणलं आकाशने.... तिला काठावर आणलेलं बघून बाकीच्या मुलींनी तिला नदीपासून लांब नेलं.

परंतु तो ओंडका अजून त्या प्रवाहाचा वेग सहन करू शकला नाही. मधेच तुटला आणि त्या मुलासोबत वाहून जाऊ लागला. बिकट प्रसंग... आकाश ती वेल तिथेच टाकून धावत सुटला, नदीला समांतर असा.... त्याची नजर होती त्या मुलावर... तो मुलगा प्रवाहात तसाच खडकांना आपटत जात होता, मधेच पाण्याखाली जात होता, वर येत होता... आकाश पळतच होता, कसा बाहेर काढू याला... असा विचार चालूच असताना समोर नदीवर एक पूल दिसला... आकाशने पळण्याचा वेग वाढवला. तरीदेखील पूल लांबच होता. तोपर्यंत तो मुलगा वाहत वाहत पुलाजवळ पोहोचला देखील. आकाश आता पुलाजवळ पोहोचला होता. एका क्षणाला तो मुलगा पुलाखालून वाहत गेला. आकाशने ते पाहिलं आणि त्याने उडी मारली....

पावसाचा वेग वाढला होता. वारा थोडा कमी झाला होता , तरी नदीला पूर आलेला होताच... पाणी वेगाने वाहत होते... वर आभाळात ढगांची अजूनच गर्दी होत होती. नदीचं पाणी आता पुलापर्यंत पोहोचत होतं. आणि पुलाच्या दुसऱ्या बाजूला , आकाशने त्या मुलाला एका हाताने पकडून ठेवलं होतं.... दुसऱ्या हाताने पुलाची लाकडी फळी पकडली होती. एक पाय पुलाच्या दोरीत अडकला होता तर दुसरा अधांतरी लटकत होता. आकाशने त्याला कसंबसं पकडून ठेवलं होतं आणि तोही त्या पुलाच्या दोरीत अडकला होता. बिकट अवस्था दोघांची... त्यावेळात बाकीचेही धावत पोहोचले. ते दृश्य बघून थरकाप उडाला सगळ्यांचा... तसेच ते पुढे गेले. आणि त्या दोघांनाही बाहेर काढले. तो मुलगा तर घाबरून बेशुद्ध झाला. आकाशहि खूप दमला होता. सगळ्यांनी मिळून दोघांना नदीपासून दूर नेले. पावसाचा वेग कमी झाला तरी रिपरिप चालूच होती... तात्पुरता एक आडोसा उभा केला आकाशने आणि त्या खाली जाऊन बसले सगळे. दमलेले, भिजलेले, काही जणांना खरचटलेलं.. त्यात हे दोघे बुडता-बुडता वाचलेले. आकाश त्यांच्यापासून जरा लांबच बसला होता. सगळ्यांकडे बघत

विचार करत होता... इथून आतातरी शक्य नाही पलीकडे जाणे, यांना कधी पोहोचवणार त्या गावात... आकाश टेन्शनमध्ये होता.

अर्ध्या-पाऊण तासाने पावसाने विश्रांती घेतली. तोपर्यंत आकाश तसाच विचार करत बसला होता. सुप्री दुरूनच बघत होती. काहीच हालचाल होत नाही म्हणून स्वतः आकाश जवळ गेली.

" निघूया का पुढच्या प्रवासाला... म्हणजे आता पाऊस सुद्धा थांबला आहे म्हणून म्हटलं... " आकाश भानावर आला.

" ते दोघे तयार आहेत का पण... " आकाशने उलट प्रश्न केला.

" त्यांना तयार करतो आम्ही... आपण निघूया... " सुप्रीने बाकी सगळ्यांना तयार केलं निघण्यासाठी. आकाशसुद्धा तयार झाला. फक्त प्रश्न होता कि जायचे कुठे . समोरचा रस्ता जवळपास बंद... पूल असून सुद्धा तिथे आता जाणे धोकादायक होते कारण नदीचं पाणी काठापासून खूप आत शिरलं होतं. आकाश पुन्हा काही आठवू लागला. नदीच्या प्रवाहाच्या विरुद्ध दिशेला गेलं कि प्रवाहाचा वेग कमी असतो, शिवाय नदीचं पात्र सुद्धा रुंदीने कमी होत जाते, जे आकाशने कुठेतरी वाचलं होतं. तसा विचार करून त्याने सर्वांना कुठे जायचे ते सांगितले. तसंच पुढे जाऊन नदी पार करता आली तर तोही प्रयन्त करायचा ठरवलं. त्यांनी प्रवास सुरु केला. आकाशच्या मागून चालत होते... झालेल्या प्रकाराने घाबरलेले... थोडं पुढे गेल्यावर घनदाट झाडी दिसली, म्हणजे पुढे जंगल सुरु होते... घड्याळात बघितलं त्याने... दुपारचे १२ वाजत होते. एवढा वेळ कधी निघून गेला ते कळलंच नाही... त्यात आभाळ अजून काळवंडलेलेच होते. जंगलात एखादी जागा भेटली पाहिजे, जिथे तंबू उभे करता येतील. असं विचार करतच तो चालत होता.

इतक्यात समोरून काही माणसं येताना दिसली. त्याच्या एकंदरीत पेहरावरून ते आदिवासी असावेत असा अंदाज आकाशने बांधला. आकाशने सगळ्यांना थांबायला सांगितलं. चार माणसं आलेली. या सर्वांना त्यांनी दुरूनच बघितलं, हे एवढे सगळी माणसं कोण आहेत, कुठे निघाले आहेत हे बघण्यासाठी ते स्वतःहून आले होते. आकाशला प्रश्न पडला कि कोणत्या भाषेत बोलावं. त्यामुळे कोणीच बोलत नव्हतं. एकाने या सर्वांकडे एक नजर फिरवली. थकलेले, भिजलेले, काही थंडीने कुडकुडत होते. आकाश सगळ्यांत पुढे होता.

त्यालाच विचारले, " कुठं निघालात तुमी... ? " हे मराठी पण बोलतात याचे आकाशला आश्चर्य वाटलं, पण बरं सुद्धा वाटलं. लगेच त्याने उत्तर दिलं. " शहराच्या दिशेने निघालो आहोत... त्यासाठी त्या पलीकडच्या गावात जात होतो... तर पाऊस सुरु झाला. भिजलो आम्ही सगळे... " पुन्हा त्याने या सगळ्या ग्रुपवर नजर टाकली.

" तुमा समदयाना आदी आमच्या पाडयात नेतो... लई थंड लागली हाय त्या पोरींना... " आकाशला हे माहित होतं, सगळ्यांना थंडी वाजत असणार, त्यांच्या सोबत जायलाच पाहिजे नाहीतर कोणीतरी आजारी पडायचं. असं आकाशने सगळ्यांना सांगितलं,ते तर आधीच

तयार होते.

आदिवासी पाडा तिथून जवळच होता. जास्त चालावं लागलं नाही त्यांना. तो ग्रुप पोहोचल्या पोहोचल्या त्यांच्याभोवती सगळ्यांनी गर्दी केली. हे सगळे दमलेले, थकलेल्या मुलांना त्यांनी लगेच मदत केली. आधी सर्वांना गरम-गरम पाणी दिलं अंघोळीसाठी... त्यानंतर पोट भरण्यासाठी खूप काही आणून दिलं. त्या दोघाचे लगेच उपचार सुरु केले. गावात डॉक्टर कुठे मिळतात, त्यात हा अधिवासी पाडा.... इथे कोण असणार... त्यांच्याकडे जो वैद्य होता त्यानेच सगळ्यांची मलमपट्टी केली... आकाशच्या पायाला सूज आलेली. त्याचा पाय त्या लाकडी पुलात अडकला होता ना, त्याचा पाय त्या वैद्याने औषधी पाला लावून बांधून टाकला.

" दोन दिवस तरी ते काढायचा नाही " असं बजावून वैद्य गेला. आकाशने खाऊन घेतलं. दमलेला खूप... लगेच झोपी गेला.

आकाश जागा झाला तेव्हा संध्याकाळ होत आलेली. तसाच उठायचा प्रयन्त केला तर लगेचच एक कळ त्याच्या सर्वांगात फिरली. पायातून प्रचंड वेदना येत होत्या. मग काय करणार, बसून राहिला. त्याला सकाळी जी माणसं भेटली होती, आकाशला जागा झालेलं पाहून तो आत , झोपडीत आला.

" झाली का झोप पावनं... " आल्या आल्या त्याने विचारलं.

" हो .. हो, पण पाय दुखतो आहे जरा... " आकाश पाय सावरत म्हणाला.

" सूज आलेली न पायाला... व्हयलं बरा... दोन दिस मदे... आराम करा तुमी... " म्हणत तो जाऊ लागला.

" थांब जरा... मलाही बाहेर जायचे आहे... एखादी काठी देता का आधारासाठी... " आकाशने त्याला थांबवत म्हटलं. त्यावर तो हसला.

" अवो... आराम करा जरा... लगीच कुठं निघाला... " ,

"तसं नाही, मला बसून रहायची सवय नाही म्हणून. शिवाय माझ्यासोबत आलेले, ते कुठे आहेत, ते सुद्धा बघावं लागेल ना.. " तशी त्याने आकाशला एक काठी दिली. आकाश काठी पकडून कसाबसा उभा राहिला आणि त्याच्या खांद्यावर हात ठेवूनच झोपडीबाहेर आला.

संद्याकाळचे पाच-सव्वा पाच वाजले असतील. सकाळी आलेल्या वादळाने सगळ्यांना झोडपलं होतं. या आदिवासी पाड्यात काही झोपड्यांची पडझड झाली होती. ते पुन्हा उभारण्याचे प्रयन्त चालू होते. काही बायका रात्रीच्या जेवणाच्या तयारीत गुंतल्या होत्या. आकाशच्या ग्रुप मधल्या काही मुली, सुप्री-संजना धरून... त्यांना मदत करत होत्या. मुलंसुद्धा काहीबाही मदत करत होते. हे बघून आकाशला बरं वाटलं. मदत करायला शिकवावं लागत नाही वा कोणाकडून शिकवलं हि जात नाही.. ते असं मनातून याव लागते... तेच घडत होतं समोर.

" कुठं निघालसा तुमी .... " त्याने विचारलं आकाशला.. आकाशच लक्ष त्याच्याकडे गेलं.

" हं.. हो... मला पाहिलं तुमचं नावं सांगा... आणि मला एक मोठा प्रश्न पडला आहे, तुम्ही एवढं चांगलं मराठी कसं बोलता, म्हणजे मी खूप आदिवासी पाड्यात जाऊन आलेलो आहे. त्यांची मराठी तोडकी-मोडकी असते, त्यांच्या वेगळ्याच भाषेत बोलतात... मग तुम्ही एवढं चांगलं मराठी... ",

"या बसा इकडं... " आकाशला त्याने एका दगडावर बसवलं. " माज नावं सखा... आमचा हा पाडा, लई वरीस झालीत... इकडचं हाय... ते समोर गावं हाय ना... तीत आमचं येन-जान आसत... आनखी, गावात शाला हाय ना... तीत जावून शिकतात इतली पोरं.. मग त्यांची भाषा तर यनारच ना साहेब... " त्याने उत्तर दिलं. " माजा आजा (आजोबा)आला व्हता इथं,तवा पासून इथं गावाजवळच समदयानी पाडा बांधायचा ठरवलं... तवापासून इथंच हायत सगळे... आता तुमी सांगा... कुठं निगाला व्हता... एवढ्या पाऊस-पाण्यात... " ,

"त्यांना सगळयांना शहरात जायचे आहे, त्यासाठी निघालो होतो.. ",

"म्हजे... तुमाला नाय जायचं का... ? " .

" तसं नाही, ते वाट हरवले होते, मागच्या गावातल्या लोकांनी सांगितलं कि या गावात, शहरात जाण्यासाठी वाहन मिळू शकेल... तर नदीला पूर आला... जाऊ शकलो नाही पलीकडे, त्यात तुमच्या वैद्याने दम दिला.. दोन दिवस काढू नका मलमपट्टी... " आकाश हसत म्हणाला.

"बराबर हाय त्याच... वैद्य हायत ते... आनी तसा पन पावसात या नदीला पूर येतोच... शहरात जाणाऱ्या वाटा पन बंद होतात... वाहन कुटून मिलनार तुमाला... " सखा बोलला.

"म्हणजे कोणताच वाहन जात नाही शहरात... " आकाश चिंतेत पडला.

" व्हय... आनी त्या गावातली मानस पन गेली आसतील दुसरीकडं... पानी गेलं असलं ना गावात... " सखा आकाशकडे बघत म्हणाला.

"खूप दिवस झाले आता, या सगळ्यांना शहरात सोडायचा वायदा केला आहे मी... आता कसं जमणार ते... " आकाश बोलला.

" साहेब... घाबरू नका...उद्याचा दिस थांबा इथं... तुमचा पाय पन बरा व्हईल... मग मी दावतो वाट... " ,

"म्हणजे ? " ,

" इतुन ... काही अंतरावर आजून एक गाव हाय.. तिथं मिलतील, गाड्या.... मी नेईल तुमाला... आता आराम करा... " असं बोलून सखा त्याच्या कामाला गेला. आकाश जरा रिलॅक्स होऊन आजूबाजूचं दृश्य बघू लागला. सगळेच कामात गुंतले होते. संजनाने त्याला तसं एकटं बसलेलं पाहिलं आणि त्याची विचारपूस करायला आली.

"कसे आहात तुम्ही... मी बघितलं मघाशी तुम्हाला... तुम्ही झोपला होता ना... पायाला लागलं आहे का फार... ? " संजनाने पटापट विचारून टाकलं.

" लागलं नाही.... सुजला आहे ना पाय म्हणून बांधून ठेवला आहे पाय... बाकी काही नाही... आणि मी एकदम ठीकठाक आहे... फक्त जरासं अंग दुखते आहे.. " संजना ऐकत

होती. चुळबुळ करत तिथेच उभी होती. आकाशला समजलं ते.

" काही बोलायचे आहे का तुम्हाला ... ?" ,

" तुम्ही... त्याला वाचवण्यासाठी उडी मारलीत ती... कशाला... त्याने तर तुमचं ऐकलं तरी होतं का.. " आकाश त्यावर हसला.

" म्हणजे तो संकटात सापडला तरी मी ते मनात ठेवावं असं वाटतं का तुम्हाला ? " ,

" तसं नाही, पण केवढं ते पाणी वाहत होतं. मी पहिल्यांदा एवढं पाणी बघत होते. त्यात तुम्हाला पोहता येते म्हणून... नाहीतर तो तर वाहूनच गेला असता.. " संजना घाबरत म्हणाली.

" मला पोहता येत नाही.. ", आकाश शांतपणे म्हणाला.

" काय?" संजना उडालीच. " मग... ते... कसं काय एवढं केलंत.... पाण्यात पडला असता तर ... कोणी बाहेर काढलं असतं .. म्हणजे तुम्ही पण safe नव्हता त्याला वाचवताना.. " ,

" पण मी तसं केलंचं नसतं तर तो आज वाचलाच नसता ना, मला फक्त त्याला वाचवायचं होतं आणि ते मी केलं, कारण तुमच्या सगळ्यांची जबाबदारी माझ्यावर आहे ना, आपण प्रत्येक गोष्टीला घाबरत बसलो ना, तर कोणतंच काम कधीच पूर्ण होणार नाही.... मलाही काही गोष्टीची भीती वाटते आणि ते स्वाभाविकच आहे, पण एका मर्यादेपर्यंत घाबरणे ठीक असते.... त्याला डोक्यावर बसवलं ना, तर ती भीती नेहमी, प्रत्येक कामात पुढे येते आणि माणूस limited होऊन जातो. स्वतःला मर्यादा घालून घेतो.... हा, हि एक चांगली गोष्ट आहे कि प्रत्येकाला आपली मर्यादा, limitations माहित असाव्यात..... आणि safe वगैरे म्हणालात ना... ते काही नसते. safe होण्यासाठी , आधी मनातली भीती काढून टाकावी लागते, ते तरी कोणाला शक्य नाही. " संजनाला मनोमन पटलं ते.

बोलता बोलता अंधार होऊ लागला. " बाकी, ते दोघे आहेत ना बरे... " आकाश उभा राहत म्हणाला.

" हो... चांगले ठणठणीत आहेत... फक्त तुम्ही चांगले व्हा... ',

"हो... उद्या जमलं तर निघू... " आकाश म्हणाला.

" नको नको... तुम्ही चांगले व्हा... मग जाऊ... कोणाला घाई नाही आहे आता.. " संजना हसत म्हणाली. आकाशने संजनाला "बाय" केलं आणि त्याच्या झोपडीकडे निघाला. वाटेत सुप्री समोर.

" काय मग... झाली का हिरोगिरी करून... ",

"म्हणजे ? ",

"पाय वगैरे तोडून घेतलात म्हणून विचारलं.. " सुप्री म्हणाली. त्यावर आकाशला हसायला आलं.

" सूज आली आहे फक्त.. ",

"हा .. मग कशाला करायचं हे सगळं... कोणाला इंप्रेस करायचा आहे का... ",

" काही पण.... होईल बरा पाय, या एक दिवसात.. तुम्ही टेन्शन घेऊ नका... लवकर घेऊन जाईन शहरात तुम्हाला... आता मी विश्रांती घेतो. ",

"मस्करी केली ओ.... लवकर ठीक व्हा... नाहीतर उचलून घेऊन जायला लागेल तुम्हाला... आणि हो... एवढीच हौस असेल ना... पाय वगैरे तोडून घेण्याची तर आधी आम्हाला शहरात सोडून या, मग हवे तेवढे पाय तोडून घ्या.. " सुप्री हसत म्हणाली आणि निघून गेली. आलटून-पालटून सगळ्यांनी आकाशची चौकशी केली . रात्र सुद्धा मजेत गेली सर्वांची.

पुढचा दिवस, आकाशचा पाय आता दुखत नव्हता तरी देखील मलमपट्टी तशीच ठेवली होती. त्यामुळे आकाश आतातरी, स्वतःच्या पायावर उभा राहू शकत होता. जाग आली तसा तो झोपडी बाहेर आला. पाड्यातली बहुतेक मंडळी जंगलात लाकडे गोळा करण्यासाठी निघत होती. आकाशचा ग्रुप तेव्हढा एकत्र बसून गप्पा-गोष्टी करत होता. आकाशला बाहेर आलेलं बघून ,सगळे त्याच्याभोवती गोळा झाले. आकाशला त्या दोघांनी "Sorry, thank you " बोलून झालेलं.

" पण तुम्हाला घरी जायला अजून उशीर होणार... कारण माझा पाय बरा झाला नाही , तर हे सोडणार नाहीत. " आकाश बोलला.

" हो सर... तुम्ही काही टेन्शन घेऊ नका... ज्याला घरी जायचे असेल ना त्याला आपण नदीत टाकून देऊ. " सुप्री म्हणाली. तसे सगळे हसू लागले. इतक्यात सखा आला.

" काय साहेब... झाली का झोप... आराम करायचा ना अजून... "सखा आकाशला म्हणाला.

" नको रे आराम... एक काम करुया... तू जरा आम्हाला फिरवून आणतोस का... काही लोकांना "छान" बघायचं असते ना... या कोणाला माहित नाही जंगल कसं असते ते. " ,

" चाललं... पन सांबालून चला... पायाखाली साप असतात हा इथं.. " सखाने बजावून सांगितलं

सखा सगळ्यांना घेऊन चालत होता. कितीतरी प्रकारची झाडं-झुडुप त्याने दाखवली असतील या सगळ्यांना. काही झाडं तर त्याने स्वतःच लावली होती , तो लहान असताना. त्या झाडांमधून गार वारा वाहत होता. विविध प्रकारचे पक्षी ओरडत होते. मधेच माकडांचा आवाज कानावर पडत होता. असेच पुढे पुढे जात होते. एका ठिकाणी ते येऊन थांबले. " बघा.. इथून कस दिसतं ते नदीचं रुपडं... " सखाने सगळ्यांना एका दिशेला बघायला सांगितले. अथांग पसरलेला निळा रंग. जसा काही समुद्रच.... एवढी मोठी नदी... थोडीशी मातकट रंगाची किनार होती त्या निळ्या रंगाला... दोन्ही काठांना प्रचंड हिरवाई.. ,झाडे-झुडुपांनी भरलेले काठ... त्यात पाऊस नसल्याने आभाळ मोकळंच होतं. त्याचंच प्रतिबिंब खाली पाण्यात पडलं होतं जणू. एखाद-दुसरा पाखरांचा थवा खाली झेपावत पाण्याला स्पर्श करून निघून जात होता. आकाशने पटपट दोन-तीन फोटो क्लिक करून घेतले. लगेच प्रश्न पडला त्याला..

" सखा... पण मी ऐकलं होतं कि नदीच्या प्रवाहाच्या विरुद्ध बाजूला गेलो कि त्याची रुंदी कमी होत जाते. पण इकडे उलटं कसं.. जो प्रवाह आम्ही पार करत होतो... त्यापेक्षा याची रुंदी खूपच जास्त आहे . " ,

"कस असतं ना साहेब.... हा निसर्ग हाय... यात लय गोष्टी आपल्याला माहीतच नसतात... त्यातलीच हि समजा... " हे बोलणं चालू असताना , अगदी अचानक , पक्षांचा जो किलबिलाट चालू होता, तो बंद झाला. चिडीचूप सगळे. सगळ्यांना कळलं ते, सखाला पण.

" हम्म... त्यांचा राजा येत असलं... " सखा वर बघत म्हणाला.

" म्हणजे ? " एका मुलीने विचारलं.

"गरुड... " असा बोलतो न बोलतो तोच समोरच्या झाडावर गरुड येऊन बसला. सखाचं बोलणं एकदम बरोबर होतं.

" तुला कसं कळलं रे... ?" आकाशने कुतूहलाने विचारलं.

"म्या इकडचं राहतो ना... जुन्या -जाणत्या लोकांनी शिकवलं हे.. हे पक्षी आपल्या राजाला खूप मान देतात... म्हणून तर.... तो आला कि सगळेच गप होतात... " सखा म्हणाला. पुढची २-३ मिनिटे तो झाडावर बसून होता. टेहळणी केली आणि आला तसा निघून गेला. केवढा तो रुबाबदार पक्षी.. डोळ्यात मावणार नाही असं त्याचं रूप.. तो गेला , तसे सगळे अजून पुढे आले.

"तुला पावसाचं सुद्धा कळत असेल ना सखा... " आकाशने विचारलं.

" जास्त नाय.. पन कलत थोडं थोडं.. " ,

"मग आता येईल का पाऊस... " एका मुलाने विचारलं.

" ते तिथं ... वर जाऊन बघायला पाहिजे.. " सखाने एका ठिकाणी बोट दाखवत म्हटलं. त्या ठिकाणी एक मोठ्ठा दगड होता.

" तिथून ना... सगलं रान दिसतं... नदी दिसते... आजूबाजूची गाव दिसतात... छान वाटत तिथं... " आकाशने ती जागा बघून ठेवली. थोड्यावेळाने सगळे खाली आले. चालून चालून भूक लागली. दुपारची जेवणं वगैरे आटपली. सुप्री जेवून बाहेर आली, तर तीच लक्ष आकाशकडे गेलं. आकाश गळ्यात कॅमेरा अडकवून , लंगडत लंगडत कुठेतरी निघाला होता.

" ओ.... मिस्टर A .. कुठे निघालात ? " सुप्री त्याच्याकडे धावत पोहोचली.

" फोटोग्राफी.... अजून काय येते मला.. " ,

"अहो... पण पाय दुखतो आहे ना... " ,

"चालते सगळं... " म्हणत आकाश पुढे निघाला. सुप्री त्याला बघत होती चालताना. काय मनात आलं तिच्या, तीसुद्धा त्याच्या मागाहून चालू लागली.

" अरे... तुम्ही कुठे निघालात.. " आकाश सुप्रीला बघून बोलला.

" तुमच्या पायाला लागलं आहे तरी निघालात... अजून काही झालं तर आम्हाला घरी कोण सोडणार....म्हणून तुमचा पाठलाग करते आहे. " ,

"हो का... चांगली गोष्ट आहे मग... करा पाठलाग.. " दोघेच वरच्या बाजूला निघाले होते. थोड्यावेळाने एका जागी येऊन पोहोचले. सुप्री लगेच म्हणाली,

" अरे... सकाळी तर येऊन गेलो ना इथे ... परत कशाला आलात ? " आकाशने तिच्याकडे बघितलं...

" तुम्ही कधी पाऊस बघितला आहे का.. " आकाशचा प्रश्न...

" हा हा हा... nice joke .... खूप हसायला आलं... anyways.... हा प्रश्न होता कि joke.... " सुप्रीने उलटं विचारलं.

"सांगा तर... पाऊस बघितला आहे का कधी... ? " ,

"अरे हा काय प्रश्न आहे.... एवढे दिवस तर भिजतो आहे ना आणि घरी असली कि पण भिजते मी... ",

"भिजणं आणि बघणं... यात खूप फरक आहे मॅडम.. " ,

" हो का... गणूने कमी दिली असली ना तरी थोडी अक्कल आहे माझ्याकडे... म्हणे फरक असतो... " सुप्री वेडावत म्हणाली.

" चला मग... दाखवतो फरक... सखाने सांगितलं मगाशी... पाऊस येइल म्हणून... " आकाश, सखाने सकाळी दाखवलेल्या त्या मोठ्या दगडाकडे निघाला. मागोमाग सुप्री होतीच.

५ - १० मिनिटात ते पोहोचले त्या दगडावर. मोठ्ठा दगड होता तो. शिवाय वरही होता थोडा. सखाने सांगितल्याप्रमाणे , तिथून संपूर्ण जंगल दिसत होतं. नदी दिसत होती. " बसा खाली, पाऊस दिसेल आता... " दोघेही त्या दगडावर बसले. सुप्री आजूबाजूचा निसर्ग न्याहाळत होती. आकाश फोटो काढण्यात गुंतला होता. १५-२० मिनिटे गेली असतील. " बघा...तुम्हाला पाऊस बघायचा होता ना.. समोर बघा.. " सुप्री मागे एक पक्षी आवाज करत होता, तिथे बघत होती. आकाश बोलला तसं तिने समोर पाहिलं. समोर नदीचं विशाल पात्र होतं. समोरून काळे ढग येताना दिसत होते. वाराही वाहत होता... काहीतरी वेगळंच होतं होते तिथे... सुप्रीने निरखून पाहिलं. ते ढग पुढे येत येत पाऊस पाडत होते. मधेच एखादी विजेची शुभ्र लकेर चमकून जात होती, त्या काळ्या ढगात... मधेच ती वीज पाण्यावर पडून त्यात विरघळून जात होती. सुप्री हरखून गेली. एकाच वेळेस दोन ऋतू दिसत होते तिला. ते बसले होते तिथे ऊन पडलं होतं. आणि समोर नदीवर ,दूर काळ्या ढगांची गर्दी झाली होती, पाऊस पडत होता. एका बाजूला मोकळं आभाळ आणि दुसऱ्या बाजूला सुंदर पाऊस... काय सुरेख नजारा होता तो. आकाशने फोटो काढून घेतले. सुप्रीच्या डोळ्यात पुन्हा पाणी आलं. आकाशने बघितले ते. काही बोलला नाही तो.

समोर पाऊस तसाच पडत होता. सुप्रीने डोळे पुसले. आकाशने रुमाल पुढे केला.

" झालं का रडून... कशाला एवढं इमोशनल व्हायचं... " आकाशने विचारलं.

" येते पाणी आपोआप.. " सुप्री सारवासारव करत म्हणाली.

" तुम्ही असं मनात नका ठेवू काही..... मनात ठेवलं ना कि असं बाहेर येते कधी कधी... " सुप्री गप्प होती. डोळ्यात पुन्हा पाणी साठलेलं. आकाशने बघितलं.

" चला... आता तुम्ही आजचा दिवस तरी बोलणार नाही कोणाशी... मी जातो खाली... तुम्ही या सावकाश, रडून झालं कि... " आकाश उभा राहिला..

" सॉरी... बसा खाली, मला काही share करायचे आहे तुमच्या बरोबर..... " आकाश पुन्हा खाली बसला. सुप्री शांत बसली होती.

" सांगायचे नसेल तर राहू दे... " आकाश उभा राहत होता.

" त्याचं नाव नाही सांगणार मी... पण होता कोण तरी माझ्या life मध्ये... माझ्या सारखाच होता.... जरासा वेडा, जरासा शहाणा... छान जमायचं आमचं, छान वाटायचं त्याच्यासोबत असताना... कॉलेज मधली ओळख. तेव्हा एकत्रच असायचो आम्ही..नंतर जॉबला लागलो तरी जवळपास रोज भेटायचो. तो माझी वाट बघत बसायचा. मग घरापर्यंत सोडायला यायचा. सकाळी ऑफिसला असले कि चॅटिंग करायचो. वीकएंडला तर फिरायला पण जायचो आम्ही. मस्त दिवस होते ते... ",

"मग आता नाही आहेत का ते दिवस.. ? " , आकाश..

" माहित नाही त्याला काय झालं अचानक... नकोशी झाली त्याला मी... बोलणं बंद केलं... मला भेटायचं बंद केलं..... चॅटिंग, कॉल.. सर्व बंद झालं अचानक... मी स्वतःहून मॅसेज केला तरच रिप्लाय करायचा... तोही थोडंच बोलायचं... कॉल केला तर बोलायचं कि जास्त बोलता येणार नाही... भेटणं तर बंदच झालं... खूप महिन्यांनी, गेल्या महिन्यात तो समोर आलेला... असाच अचानक समोर आला, माझ्या मैत्रिणी बरोबर बोलत होता, मला फक्त एकदाच "Hi " केलं, त्यानंतर एकदाही माझ्याकडे बघितलं नाही. काहीच न बोलता निघून गेला समोरून... माझं नक्की कुठे चुकलं ते अजून पर्यंत कळलं नाही मला... त्यालाही अशी निसर्गाची आवड आहे... आम्ही फिरायला जायचो ना ... समुद्रकिनारी, पावसात.... तेव्हा तो पण असे फोटो काढायचा... माझे पण फोटो काढायचा गुपचूप... म्हणून हे असं काही बघितलं कि त्याची आठवण येते मला...मला माहित आहे, त्याच्या life मध्ये मी आता कुठेच बसत नाही... यातून खूप प्रयन्त करून बाहेर आले मी... पण अशी आठवण आली कि येते डोळ्यातून पाणी... " हे बोलताना सुप्री डोळे पुसत होती.

आकाशने ऐकून घेतलं. " हम्म ... तर हा प्रॉब्लेम आहे... भूतकाळ.... आता मी काही philosopher नाही, पण मला एवढं कळते कि एखाद नातं तुटलं कि काय वाटते मनाला... तो अचानक का निघून गेला किंवा तुमचं काही चुकलं... ते मला माहित नाही. तुम्हीच बोलला ना, कि त्याच्या life मध्ये मी कुठेच बसत नाही... मग तुम्ही तरी कशाला ते भूतकाळाचं ओझं मनावर घेऊन फिरता... भूतकाळाला कुरवाळत बसलं ना, कि तो पाळीव होतो... जसे पाळीव प्राणी असतात ना अगदी तसाच.... मग आपण जिथे जाऊ ना.. तिथे तो आपल्या मागून येतो... जीवन बघा किती सुंदर आहे.. " आकाश समोर बघत म्हणाला.. " अश्या सुंदर जीवनात कशाला असं काही मागे लागून घेयाचं... त्यापेक्षा, भूतकाळ अनुभवासाठी

आठवावा.. भूतकाळात केलेल्या चुकांपासुन शिकायचं. भूतकाळाला बँकेच्या ATM सारखं बघावं... म्हणजे एखाद्या प्रसंगात अनुभवाची गरज भासल्यास, पाहिजे तेवढा अनुभव ATM card, swipe करून काढून घेयाचा... उरलेल्या अनुभवाचे व्याज बँकेत जमवून ठेवावं. ते नंतर उपयोगी पडतेच. काय .... समजलं ना ,सुप्री ma'am .... " आकाशने बोलणं संपवलं... सुप्री हसत हसत डोळे पुसत होती. छान समजावलं आकाशने तिला.

"मलाही फोटो काढायला शिकवाल का... माझ्या मनात आहे खूप फोटोग्राफी शिकायचं... " सुप्रीने विषय बदलला.

"शिकवीन.. पहिलं शहरात जाऊ... मग शिकू खूप काही...आता चला खाली ,नाहीतर सगळे शोधत राहतील... " आकाश उभा राहिला...

" एक प्रॉमिस करा... हे कोणालाच सांगायचं नाही हा... संजनाला सुद्धा नाही... " सुप्री म्हणाली.

" असं आहे तर... निदान तिला तरी सांगायचं ना.. after all, ती तुमची जवळची मैत्रिण आहे. " चालता चालता आकाश सुप्रीला म्हणाला.

" माझ्यापेक्षा तिला सांगितलं असत तर जास्त छान झालं असतं .. ",

" सांगेन तिला... काय माहित, पण तुम्हाला सांगावस वाटलं... चालेल ना... मी share केलेलं तुमच्या सोबत... ",

"हो.. नक्की.. चला आता पटपट खाली जाऊ... " आणि दोघे खाली आले.

सुप्री बऱ्यापैकी नॉर्मल झालेली. खाली आल्या बरोबर ती तिच्या मैत्रीणीबरोबर गप्पा मारायला गेली. आकाश त्याने काढलेले फोटो बघत बसला. छान छान फोटो होते सगळे... अचानक एका फोटोवर त्याची नजर खिळली. सुप्रीचा फोटो होता तो. मघाशी पाऊस बघतानाच फोटो.. तिला कळू न देता त्याने क्लिक केलेला. किती छान हसते हि... स्वभाव सुद्धा छान आहे... पण जरा भूतकाळात हरवली आहे. त्यातून बाहेर आली तर खूप छान होईल. आकाश किती वेळ तिचा फोटो बघत होता. Actually, त्याला सुप्रीचा स्वभाव आवडायला लागला होता. गेल्या महिन्यात, त्या ऑफिसच उदघाटन होतं, तेव्हापासूनची ओळख फक्त... काही लोकं चटकन मनात घर करून राहतात. त्यातलीच एक सुप्री.... आकाशला तिच्या बरोबर बोलायला आवडायचं. फक्त तो कधी असा कोणाशी मोकळेपणाने बोलला नाही आधी कधी.

इथे सुप्रीला सुद्धा आकाशची सोबत आवडायला लागली होती. बऱ्याच वेळा तीच आकाशची विचारपूस करायची. त्याच्या सारखं वागायला बघायची. त्याचं फिरण्याचं वेड, विचार करण्याची पद्धत तिला आवडायची. फक्त तो कमी बोलायचा हे तिला खटकायचं... तरी गेल्या काही दिवसांपासून जी भटकंती सुरु होती, तेव्हा पासून खुप बदलली होती ती. आकाश छान समजावयाचा तिला. म्हणून आजकाल जास्तच आनंदी राहायला लागली होती.

दुपार होऊन संध्याकाळ झाली. आकाशने request करून त्याच्या पायाची मलमपट्टी काढायला सांगितली. आता त्याचा पाय अगदी बरा झाला होता. सखाला विचारून त्याने पुढचा रस्ता देखील बनवला होता. उद्या सकाळी निघायचे म्हणून सगळ्यांची तयारी झाली होती. इथे दोन दिवस कसे गेले, कळलंच नाही. त्या पाड्यातील रहिवाश्यांना सुद्धा खूप मज्जा आली या शहरी पाहुण्यांबरोबर... आता उद्या सगळे जाणार म्हणून एक छोटी "पार्टी" त्यांनी आयोजित केली. छानपैकी जेवण केलं होतं. त्यानंतर मोठी शेकोटी रचून त्या भोवती त्याचे आदिवासी नृत्य करू लागले, त्यांची गाणी म्हणू लागले. त्यात या शहरी पाहुण्यांना सुद्धा सामील करून घेतलं. आकाश फोटो काढत होता.. पाय आताच बरा झाला म्हणून त्याला कोणी नृत्यासाठी आग्रह केला नाही. पाऊस नव्हता तरी थंड हवा वाहत होती. वर आभाळात चांदण्या चमकत होत्या. आणि खाली शेकोटी भोवती, छान फेर धरला होता सगळ्यांनी.. आकाश खूप आनंदात होता... मनोमन हसत होता. enjoy करत होता. सुप्री नाचत होती... आकाशला हसताना बघून तिला आनंद झाला. आकाश सुप्रीकडे हळूच बघत होता... किती उत्साहाने नृत्य करत होती... भूतकाळाच ओझं दूर फेकून दिल्यासारखी वाटत होती... सगळेच छान... रात्री उशिरापर्यंत "पार्टी" चालू होती. नाचून नाचून दमलेले सगळे पटकन झोपून गेले. सकाळी लवकर निघायचे आहे, हे आकाशने आधीच सांगून ठेवलं होतं.

पुढचा दिवस, कोंबड्याच्या अरवण्याने तो आदिवासी पाडा जागा होत होता. प्रथम आकाश जागा झाला. त्याला एक वेगळीच झोपडी दिली होती झोपण्यासाठी... दोन दिवसांत पहिल्यांदा तो एवढ्या पहाटे जागा झाला होता. सकाळचे ७ वाजले असतील. अजूनही सूर्य देवाने दर्शन दिले नव्हते. आकाश झोपडी बाहेर आला. धुकं पसरलेलं होतं. अगदी वेगळंच दृश्य.... धुकं जमिनीलगतच राहिलं होतं. जणू काही हि झाडं, झोपड्या ढगांच्या वर तरंगत होती... काय एक-एक चमत्कार असतात ना निसर्गात... आकाशने पटकन कॅमेरा काढला आणि फोटो क्लीक केला. अजून पुढे गेला थोडा, एका झाडाच्या फांदीवर एक पक्ष्यांचं जोडपं एकमेकांना बिलगून बसलं होतं. कदाचित यांची पहाट अजून झालेली नाही. तो क्षणही त्याने कॅमेऱ्यात टिपला. येणाऱ्या वाऱ्यासोबत ते पायाखालचे धुकं हलायचं.. एक वेगळीच लहर उठायची तिथे, अगदी समुद्रात येणाऱ्या लाटांसारखी. आकाश त्या धुक्यातुन वाट काढत जात होता. आजूबाजूची मंडळी अजून गाढ झोपेत होती,कोंबडा आरवला तरी. थंड वातावरण होते ना तिथे.... आकाशच्या मनात काय आले कोणास ठाऊक... तो त्या दगडाच्या दिशेने निघाला. छान फोटोज मिळतील तिथून सकाळचे, असा विचार करत तो झपझप चालत निघाला. धुक्यातून वाट काढत आकाश तिथे पोहोचला, तर तिथे आधीच कोणीतरी बसलं होतं. दुरूनच बघितलं त्याने. निरखून बघितलं.. सुप्री !!! कमाल आहे... प्रत्येक वेळेस वेगळीच भासते हि... कुठेतरी एकटक बघत होती... चेहऱ्यावर कमालीचं समाधान होतं तिच्या ... त्यात तिच्या आजूबाजूनी धुकं वाहत होतं... वेगळीच वाटली आकाशला ती.... फोटोत साठवण्यासारखा क्षण... क्लीक केला त्याने. हळूच तिच्या मागे जाऊन उभा राहिला.

" बसू का इथे... if you don't mind... " आकाशने विचारलं.

" हो... हो, बसा ना... " सुप्री म्हणाली....

" एवढ्या सकाळी सकाळी... तेही एकट्याच... भीती नाही वाटत का... आणि डोळ्यात पाणी नाही आज... कि झालं रडून .... " आकाश सुप्रीकडे बघत म्हणाला. सुप्रीला हसायला आलं त्यावर..

" नाही... कशाला रडायचं... भूतकाळ पाळीव करू नये, असं कोणीतरी म्हणालं मला. पाळीव प्राणी तसे पण मला नको असतात मागे मागे " सुप्री छान बोलली.

" हो का... पण एकट्या काय करत आहेत इथे.. ",

"अशीच आली... कोणी उठलं नव्हतं ना... मग हि जागा आठवली, बसली येऊन... छान वाटते ना इथे.. धुकं पसरलं आहे.. एवढया उंचावरून सगळं कसं छोटं छोटं वाटते ना... Like top of the world... " बोलता बोलता सुप्रीला शहारल्यासारखं झालं.

" very nice thoughts.... पण मला एवढया उंचीवर आलं कि आपली खरी किंमत कळते. आपण केवढेसे आहोत , आपली जागा किती शुल्लक आहे या निसर्गात याची जाणीव होते. " आकाश म्हणाला.

" किती वेगळे विचार आहेत तुमचे... या जगातले वाटतच नाही तुम्ही... " दोघेही मनापासून हसले. पुढे १५-२० मिनिटे गप्पा चालू होत्या त्यांच्या.

७.३० वाजले तसा आकाश बोलला. " निघायचे आहे ना आपल्याला... चला खाली जाऊ... सखा बोलला आहे ना, पुढल्या गावात वाहन मिळेल शहरात जाण्यासाठी...आजच भेटलं तर खूप बरं होईल... " ते ऐकून सुप्री हिरमुसली.

" तुम्ही लक्षात तरी ठेवाल ना आम्हाला... कि विसरून जाणार आम्हाला... मिस्टर A ... ",

"नाही विसणार ... आणि तुम्हाला तरी नाही विसणार कधी.... चला आता " दोघे निघाले..

" तुम्ही काढलेले फोटोज तरी दाखवा.. किती फोटो काढलेत ,एक पण नाही दाखवला.. " आकाशने कॅमेरा सुप्रीकडे दिला.. एक -एक फोटो एवढे छान होते... सुप्री हरखून गेली... काहीतरी वाटलं तिला... हि फोटोग्राफीची style तर एकाशी खूप जुळते.... आकाश... एकदा तिने त्याकडे बघितलं... पुन्हा फोटो बघू लागली. तिचाच फोटो समोर आला तिच्या. फोटोत तर किती वेगळी दिसत होती ती. स्वतःचा फोटो बघून , स्वतःच्याच प्रेमात पडली ती.. एवढी छान दिसते मी..

" कधी क्लिक केलात.. समजलंच नाही मला ...",

" फोटो अजाणतेपणी काढले ना कि ते original expression मिळतात, असे फोटो नेहमी छान असतात... त्यात तुमचे फोटो छान येतात, माझी काहीच creativity नाही त्यात... so thank you.. " आकाश म्हणाला.

" मी थँक्स बोललं पाहिजे... आज वेगळ्याच सुप्रीला बघितलं मी तुमच्यामुळे... थँक्स... " बोलता बोलता ते खाली आले.

" तुमचं नावं कधीच कळणार नाही का मला... " सुप्री थांबत म्हणाली.

" मिस्टर A.. ",

" खरं नावं... ",

" सांगेन पण कोणाला सांगायचं नाही... ",

"प्रॉमिस !!! " तसं आकाशने त्याच्या कॅमेराच्या बॅगमधून एक कार्ड काढलं.. सुप्री समोर धरलं...

" A फॉर आकाश... " आकाश हसत म्हणाला. आणि कॅमेराकडे बोट दाखवत निघून गेला...

कार्डवर पण तेच नावं, तेच मॅगझीनच नांव.... सुप्रीला आनंदाचा मोठा धक्का बसला. तोंडावर हात ठेवून कसं express होयाचे तेच समजत नव्हतं तिला. एवढे दिवस ज्याला भेटायचा प्रयन्त करत होती, तोच आकाश त्यांच्यासाठी शहरात जाण्याची वाट शोधत होता. त्याने काढलेले फोटो बघून त्याची एक वेगळी प्रतिमा सुप्रीने मनात बनवून ठेवली होती. तसाच नाही पण एक वेगळा,त्याहून चांगला आकाश तिला भेटला होता. amazing feeling होतं ते.... काहितरी सापडल्यासारखं ... सुप्रीला अजून विश्वास बसत नव्हता.

थोडयावेळाने सगळे जागे झाले. निघायची तयारी झाली. सखा तयारीत होता. सगळ्या ग्रुपनी त्या लोकांचा निरोप घेतला. आणि निघाले पुढच्या प्रवासाला. आकाश ,सखा सोबत पुढे होता. सुप्री त्याच्याकडेच बघत होती चालताना... वेगळ्याच खुषीत होती. संजनाला समजलं ते.

" काय गं... काय झालं... एवढी खूष का आहेस ... ",

"असंच... ",

"सांगतेस का आता " संजनाने परत विचारलं..

"असंच तर... एक ख़ुशी कि किमत तुम क्या जानो संजना बाबू... " दोघीही हसायला लागल्या. पुढच्या अर्ध्या तासात, सखा त्यांना एका ठिकाणी घेऊन आला.

" ते दूरवर मंदिरं दिसतं का तुमाला... " आकाश , सखा दाखवत असलेल्या दिशेने बघू लागला. दूर एका मंदिराच्या कळसाच्या बाजूला असलेला झेंडा दिसत होता.

" हो... दिसलं मंदिर... ",

"हा.. तिथंच तो गाव सुरु व्हतो.. तीत तुमाला गाडी मिलेल .. शहरात जान्यासाठी... ",

"खूप छान... पण ते तर खूप लांब वाटते... म्हणजे किती वेळ लागेल... माहिती आहे का तुला... ",

"वेळ नाय माहित... पटपट चाललात ना तर दुपारची उन्ह उतरली कि पोहोचाल तुमी... ",

" नदी वगैरे नाही ना या वाटेत.. ",

" हाय... पन त्याबाजूला हाय... इथून सरल रान फक्त वाटेत... नाकासमोर चालत जा... बराबर जाल तीत.. म्या याच्या पुढं जावू सकत नाय ना ... नायतर म्याच आलू असत गावापर्यंत... " आकाशला समजलं ते. प्रत्येकाची वेस असते, सीमा असते. त्या बाहेर सहसा

जात नाहीत हे.

" सखा .... खूप मदत झाली तुझी... खूप आभारी आहे तुमच्या सर्वांचा... जमलं तर येईन पुन्हा तुला भेटायला... आम्ही निघतो पुढच्या प्रवासाला... " सगळ्यांनी सखाचा निरोप घेतला आणि निघाले त्या गावाकडे...

आकाशने पुढचा रस्ता, सखाला विचारून बनवला होता. परंतु अर्धाच रस्ता सखाला माहित होता. फक्त त्याने सरळ जाण्यास सांगितले होते. रस्ता तसा सरळ नव्हताच. प्रचंड रानं होतं. झाडा-झुडुपातून वाट काढत जावे लागत होते. त्या गावाच्या मंदिराचा कळस तेवढा दिसला होता आकाशला. त्यावरून आकाशने एक अंदाज लावला होता. आज जेवढं अंतर पार करता येईल तेवढं पार करायचं. संध्याकाळ होण्याच्या आधीच कुठेतरी थांबायचे... कारण सखा बोलला असला तरी आज त्या गावात संध्याकाळ पर्यंत पोहोचणं शक्य वाटतं नव्हतं. हे त्याने सगळ्यांना बोलून दाखवलं. सगळ्यांना ते पटलं.

" सगळ्यांनी पटापट पाय उचला... आज पोहोचू शकत नाही तिथे पण जास्त अंतर पार करू आजच... म्हणजे उद्या दुपारी तरी पोहोचु... कळलं ना सर्वांना... " आकाश चालताना सूचना करत होता. सर्व ग्रुपला घरी जायचे वेध लागले होते. त्यामुळे आकाश सांगेल ते ऐकत होते. सुप्री तर केव्हा पासूनच त्याच्याकडे लक्ष देऊन चालत होती. आकाशच्या लक्षात आलं ते. कारण त्यानेही एक-दोनदा चोरून बघितलं होतं तिच्याकडे. एक वेगळंच नातं फुलत होतं दोघांमध्ये. हे बाकी कोणाला कळलं नसलं तरी संजनाला ते कळत होतं.

चालता चालता दुपार झाली. पटापट चालता येत नसतानाही खूप अंतर पार केलं होतं सगळ्यांनी. आता थोडावेळ थांबून मग पुढचा प्रवास करावा असं आकाशने ठरवलं. एक चांगली जागा बघून सगळ्यांनी आपापलं सामान खाली ठेवून विश्रांती केली. आदिवासी पाड्यातून सोबत आणलेले पदार्थ, फळ खाऊ लागले. आकाशने थोडंच खाल्लं आणि त्यातल्या त्यात एका उंच जागी उभा राहून , पुढची वाट कशी आहे ते बघू लागला. सुप्रीने त्याला जाताना बघितलं होतं, त्यामुळे तिनेसुद्धा खाणं झटपट संपवलं आणि त्याच्या मागोमाग गेली.

आकाश दूरवर नजर टाकून काही दिसते का ते बघत होता. सुप्री त्याच्या मागेच उभी होती. आकाशला थोड्यावेळाने तिची चाहूल लागली.

" Any questions.....सुप्रिया मॅडम... " तिच्याकडे न बघताच आकाशने विचारले.

" तुम्हाला काय मागे पण डोळे आहेत का ? ",

"हो... " आकाशच उत्तर....

"हो का... एवढी वेडी वाटते का मी.... असो, काय बघताय... " ,

" पुढचा गावं किती लांब आहे ते... ",

"ok, बघा... " म्हणत सुप्री तशीच उभी राहिली. आकाशने आणखी थोडा वेळ निरीक्षण केलं. आणि सुप्रीकडे वळला.

" अरेच्चा !! अजूनही इथेच का... आणखी काही प्रश्न आहेत वाटते... चेहऱ्यावरून तरी तसंच दिसते " सुप्रीला प्रश्न होताच, फक्त कसं विचारू याची वाट बघत होती.

" तुम्ही खरंच ... आकाश आहात का.. ग्रेट फोटोग्राफर.... ",

"हो ... वाटतं नाही का... मीच आहे तो म्हणून... " आकाश हाताची घडी घालून उभा राहिला.

" नाही.... means तसं नाही... ज्याला अजून कोणी बघितलं नाही... एवढे छान फोटो काढतो तरी ज्याचा एकही फोटो नाही... असा आकाश... माझ्या समोर उभा आहे.. यावर विश्वास बसत नाही. " सुप्री अडखळत बोलली. आकाशच्या चेहऱ्यावर हलकंसं हास्य आलं.

" मीच आहे तो... माझं कार्ड तर दिलं ना तुम्हाला." सुप्रीने कार्ड जपून ठेवलं होतं.

" तसं नाही तर... तुम्ही कोणाला भेटत नाही ... आणि मला डायरेक्ट कार्ड वगैरे दिलंत... म्हणून विश्वास बसत नाही... ",

" त्याचं काय आहे.. तुम्ही मला तुमच्या मनातलं सांगितलं.. काहीतरी सीक्रेट share केलंत, जे तुमच्या best friend ला ही माहित नाही... आणि मी बोललो होतो... माझं नावं सांगेन कधीतरी.. म्हणून.... मी एवढं तरी करू शकतो ना तुमच्यासाठी... चला, निघूया... " सुप्री आणि आकाश , त्याच्या विश्रांतीच्या ठिकाणी एकत्र निघाले.

" एक सांगू का.. " सुप्री त्याला थांबवत म्हणाली. " मी तुमची खूप मोठ्ठी फॅन आहे... ते फोटोज तर किती छान असतात. मला तुमची सही भेटेल का.. प्लिज.. ",

"शहरात पोहोचलो कि नक्की... " दोघे गप्पा मारत सगळ्या ग्रुप जवळ आले.

अर्धा - पाऊण तास विश्रांती घेऊन त्यांनी पुन्हा चालायला सुरुवात केली. आता थोडी मोकळी जमीन दिसत होती. जंगल संपल्याची खूण होती ती. समोर काही पडकी बांधकामं होती. पडकी घरं, झोपड्या.. असंच काहीसं... पहिली इथे वस्ती असावी असा आकाशने अंदाज लावला. खूप वर्षापूर्वीच इथल्या लोकांनी हि जागा सोडली होती. ते भग्नावशेष बघत सर्व पुढे जात होते. पुढे काही मोकळी शेतंही दिसली. इतकी वर्ष कोणीच लक्ष दिलं नव्हतं त्यावर. रानटी गवत तेवढी पसरली होती आता त्या शेतांवर. तसल्याच एका शेतातून ते चालत होते. "ते" गावं अजून बऱ्यापैकी दूर होते. संध्याकाळ सुद्धा होतं आलेली. आता पण चालणे सुरूच ठेवले तर रात्र झाल्यावर त्या गावात पोहोचू असा अंदाज आकाशला आला. रात्रीचे चालणे , अश्या ठिकाणी तरी ठीक नसते... हे आकाश जाणून होता. म्हणून त्या ठिकाणीच कुठेतरी जवळपास मुक्काम करायचं ठरलं. आकाश जागा बघू लागला. तर थोड्याच अंतरावर एक मंदिर दिसलं. आकाश सगळ्यांना घेऊन त्या मंदिरात आला.

ते मंदिरसुद्धा खूप जुनं असावं, संपूर्ण दगडाचे बांधकाम... भक्कम असं..... बऱ्यापैकी मोठ्ठ मंदिर. फक्त त्यात मूर्ती काय ती दिसत नव्हती.

" यातला देव कुठे आहे ? " एका मुलाने प्रश्न केला.

" बहुदा... ते गावं बघितलं ना मघाशी...त्यांचंच असेल हे मंदिर, जाताना त्यांनी त्यांचा देव सुद्धा नेला असेल सोबत.. " आकाश म्हणाला.

" मग इकडेच तंबू लावायचे का ? " संजनाने विचारलं.

" तंबूची काय गरज,.... तसं बघितलं तर इथे सगळ्यांना जागा होईल झोपायला, इथेच थांबू आजही रात्र... उद्या सकाळी निघूया, म्हणजे त्या गावात लवकर पोहोचू... " सगळ्यांना पटलं ते. सामान ठेवलं सगळ्यांनी आणि ती जागा साफ करू लागले. आकाशला ते बघून बरं वाटलं. एवढ्या दिवसात,सगळ्यांना असं स्वतःहून काम करायची सवयच लागली होती. आकाशसुद्धा मदत करू लागला.

पुढच्या अर्ध्या तासात मंदिराचे सभागृह साफ करून झालं. आकाश, मंदिराचे निरीक्षण करू लागला. मंदिराच्या गाभाऱ्यातुन एक जिना, मंदिराच्या छताकडे जात होता. आकाश त्या जिन्याने वर गेला. पाचच मिनिटे थांबला असेल तो. खाली आला आणि सगळ्यांना वर येण्यास सांगितले. एक -एक करून सगळे वर आले आणि समोर दिसणारे दुश्य बघून हरखून गेले.

देऊळ उंच असल्याने ,आजूबाजूचे.... बऱ्यापैकी दूरवरचे दिसत होते. एक-दोन शेतं सोडून एक नदी वाहत होती. आधी दिसलेल्या,पूर आलेल्या नदी पेक्षा , हि नदी खूप शांतपणे वाहत होती. संध्याकाळ होतं असल्याने जवळच्या झाडावर परतून येणाऱ्या पक्षांच्या किलबिलाटाने परिसर मोहून गेला होता. पावसाळा असल्याने सर्वच शेतं, हिरवाईने फुलून गेली होती. संध्याकाळची शांत हवा वाहत होती. शिवाय तिथून पुढच्या गावातलं मंदिरही दिसत होतं. " उद्या बहुदा.. सकाळीच पोहोचू आपण तिथे... आणि गाडी भेटलीच तर.... " आकाश बोलता बोलता थांबला. कारण सुप्री त्याच्याकडे बघत होती कधीपासून.. हे त्याच्या लक्षात आलं. उद्या, या सगळ्यांबरोबर तीही निघून जाईल, या अश्या विचित्र भावनेने त्याला पुढे बोलताच आलं नाही. बाकी कोणाचं त्यावर एवढं लक्ष नसलं तरी सुप्रीला कळलं ते. " बसा रे सगळ्यांनी खाली... ज्यांना खाली जायचे असेल त्यांनी खाली जा... " असं म्हणत सुप्री तिथेच बसून राहिली. आणखी दोघे -तिघे ते दुश्य बघत बसले, बाकी सगळे खाली जाऊन शेकोटीची तयारी करू लागले. आकाश सुद्धा तिथेच बसून फोटो काढत होता.

काळोख झाला तसे सगळेच खाली आले. शेकोटी भोवती गप्पा सुरु झाल्या. आकाश त्यात नव्हता... सुप्री त्यालाच बघत होती. कुठे गेला .... गेली असती शोधायला परंतु सगळे तिथेच बसलेले होते म्हणून जाऊ शकली नाही. आकाश होता कुठे मग..आकाश त्या मंदिराच्या काळोख्या गाभाऱ्यात एकचित्त बसून होता. खूप वेळ तिथेच बसून विचार चालू होता. सुप्रीला त्याची काळजी वाटू लागली. कुठे गेला असेल.... बाकीच्या गप्पामध्ये तिला इंटरेस्ट नव्हता. संजनाला तिची चुळबुळ कळली.

" काय झालंय नक्की तुला... ? ",

"अरे... तो मिस्टर A... तो दिसत नाही ना म्हणून... " संजना आजूबाजूला बघू लागली.

" हो गं... कोणाच्या लक्षातच आलं नाही हे... " संजना बोलली तसे सगळे उठले आणि आकाशला शोधू लागले.

बाहेरच्या शांततेत यांचा गडबड-गोंधळ ऐकू येत होता. आकाशची तंद्री त्या आवाजाने भंग झाली. आणि नक्की बाहेर काय चालू आहे हे बघण्यासाठी त्या रिकाम्या गाभाऱ्यातून बाहेर आला. त्याला बघून सगळ्यांनी सुटकेचा निश्वास टाकला.

" कुठे जाता ओ मधेच... इकडे काळजी वाटते ना.. " सुप्री रागात म्हणाली.

" का ? ",

" का म्हणजे ... अजून शहरात पोहोचलो नाही आम्ही... असं मधेच सोडून जाऊ शकत नाही तुम्ही आम्हाला.. समजलं ना... " आकाश त्यावर काही बोलला नाही.

" चला, जेवणाची तयारी करू.. सखाने दिलेल्या पैकी अजून बाकी आहे खाणं... तेच खाऊ ... उद्या त्या गावात गेलं कि मिळेल काही.... " एवढं बोलून आकाश शांतपणे शेकोटी जवळ जाऊन बसला. सगळ्यांना भूक लागली होती, शिवाय फळं खाण्याची सवय झाली होती एव्हाना... होतं तेच खाल्लं... खाऊन झाल्यावर जे खूप दमले होते ते लगेचच झोपी गेले. आकाश पुन्हा मंदिराच्या कळसाजवळ जाऊन बसला. काय झालंय आपल्याला... पहिले तर असे कसले विचार मनात आले नव्हते... यांना तर त्यांच्या घरी पोहोचवायचे ,एवढंच ठरलं होतं... मग आता का वाईट वाटते मला.... आकाश बराच वेळ विचार करत होता.. रात्री उशिराने त्याच जागी झोप लागली त्याला.

सकाळी पक्ष्यांच्या किलबिलाटाने त्याला जाग आली. आपण इथेच झोपलो, याचे आश्चर्य वाटलं त्याला. पण सकाळ झाली, आता लगेचच निघावं लागेल म्हणून डोळे चोळत चोळत खाली आला. बाकीचे मस्तपैकी झोपले होते. " चला... उठा सगळ्यांनी... निघायचे आहे आपल्याला.. " आकाश मोठ्या आवाजात ओरडला. सगळे खडबडून जागे झाले. पटापट तयारी केली आणि निघण्यास तयार झाले. आकाशने सगळ्यांना एकदा बघितलं.... कितीजण आहेत ते मोजलं आणि पुढच्या प्रवासाला निघाले.

निघाले तेव्हा सकाळचे ७.३० वाजले होते. सूर्य जणू नुकताच वर येत होता. त्यामुळे पूर्वेकडचे आभाळ सोनेरी रंगाने नटून गेलं होतं. पावसाची काहीच चिन्ह नव्हती, म्हणूनच कि पक्ष्यांची सकाळ लवकर होऊन ते आपापल्या कामाला निघून गेले होते. त्यांच्या जाण्याने झाडं चिडीचूप झाली होती.... जमिनीवर सगळीकडे हिरवी रानटी गवत पसरलेली होती. त्यावर किड्यांची मैफल जमली होती. मधेच एक पायवाट, त्यावर सारखं सारखं चालून तयार झाली होती, इथून लोकांची सारखी ये-जा होतं असते, याचे प्रतिक होतं ते. सकाळचे धुकं आता त्या गवतांच्या पानांवर विसावलं होतं, थेंबांच्या रूपाने... त्यावर सूर्याची किरणे पडून, थोडावेळ का होईना.. गवताला सोन्याची किंमत आली होती. चालता चालता आकाशची नजर डाव्या बाजूला गेली. नदी होती ना तिथे.. शांत वाहत जाणारी नदी... त्यात एक लहानशी नावं (बोट) तरंगत होती. त्यात बसलेल्या नावाड्याने सुंदर अशी बासरीवर तान दिली होती. त्या शांत, प्रसन्न वातावरणात आकाशला ती बासरीची धून इतक्या लांबून ऐकू आली होती. त्यानेच आकाशचे लक्ष वेधलं होतं. धड ऊनहि नव्हतं कि ढगांची सावलीही नाही... फक्त छान अशी थंड हवा वाहत होती. प्रसन्न सकाळ अगदी. असंच पाऊण तास

चालल्या नंतर गावाची वेस नजरेस पडली. आकाशने सगळ्या ग्रुपला त्याची जाणीव करून दिली. आनंद सगळ्यांच्या चेहऱ्यावर.

गावात प्रवेश केला त्यांनी तर गावात लगबग सुरु झालेली होती. इतक्या लवकर... काय आहे नक्की... सगळ्यांना विचार पडला. गावकऱ्यांनी या ग्रुपला बघितलं. त्यांना नवल वाटलं. पण जास्त वेळ कोणी त्यांच्याकडे लक्ष दिलं नाही. कारण काहीतरी चालू होतं ना गावात. कोणाला विचारावं, काय चाललंय, गाडी कुठे मिळेल... आकाश आजूबाजूला बघू लागला. वाटेत एका लहान मुलाला थांबवलं त्याने...

" काय चालू आहे... गडबड कसली... " ,

" आज... सोहळा हाय ना... " असं म्हणत तो पळत पळत पुढे निघून गेला. सोहळा कसला... काही कळायला मार्ग नाही. आकाश सगळ्यांना घेऊन आणखी पुढे आला.

एका ठिकाणी, खूप लोकांचा घोळका दिसला. तिथेच काही माहिती मिळेल असा विचार करून आकाश एकटाच पुढे गेला.

" काका... मला सांगता का .... काय चाललंय इथे... ? " ,

" व्हयं रं पोरा... कनच्या गावाचा तू... " ,

" मी शहरातून आलो आहे... ते बाकीचे लोकं आहेत ना... " आकाशने त्या ग्रुपकडे बोट दाखवत म्हटलं.

" त्यांना पुन्हा माघारी शहरात जायचे आहे... मागच्या गावच्या लोकांनी सांगितलं, इकडून गाडी मिळेल... " त्या काकांनी या सगळ्यांकडे बघितलं.

" गाडी कदी यनार... त्या तावुक नाय... पाटलांना इचार .... " त्या काकांनी बाजूलाच असलेल्या घराकडे बोट दाखवत म्हटलं.

आकाश त्या सर्वांना घेऊन त्या घराकडे निघाला. ते घर सुद्धा बऱ्यापैकी सजवलं असल्याने, नक्कीच काहीतरी मोठ्ठा सोहळा असावा असा अंदाज सगळ्यांना आला. आकाशने दार ठोठावलं. एका माणसाने दार उघडलं. डोक्यावर फेटा बघून हेच पाटील असावेत असं आकाशला वाटलं.

" नमस्कार... आम्ही सगळे शहराकडे निघालो आहोत... इथे गाडी मिळते असं ऐकून आम्ही आलो आहोत. त्या काकांनी सांगितलं कि तुम्हाला माहित आहे गाडीची वेळ.. " त्या माणसाने सगळ्यांना बघितलं. "सांगतो... तुम्ही सर्वांनी आत या आधी... " तसे सगळे आत गेले. घर नव्हतं ते, वाडा होता... मोठा वाडा... सगळेच त्या वाड्याच्या हॉल मध्ये बसले. त्या माणसाने, या सर्व ग्रुपला चहा दिला, पाणी दिलं... खायला नास्ता ही दिला. सगळं झाल्यावर तो माणूस पुन्हा समोर आला...

" नमस्कार.. मी या गावचा सरपंच.. पाटीलच म्हणतात सगळे गावात... " आकाशला ते आधीच समजलं होतं.. तोही उठून उभा राहिला.

" नमस्कार... चहा, नास्तासाठी खूप आभारी आहे... आम्ही सर्व शहराकडे निघालो आहे... वाट चुकलो, खूप भटकलो आणि आता शेवटी या गावात आलो... " ,

"बरं झालं मग इथे आलात ते... इथून गाडी जाते शहराकडे.... " ते ऐकून सगळेच आनंदी झाले. " पण आता ती गाडी गेली... ",

"म्हणजे... ?" आकाश...

"सकाळी ७.३० ची गाडी असते... " आकाशने लगेच घड्याळात पाहिलं. ८.३० झालेले...

" मग... दुसरी गाडी.. ती नसते का... " ,

" दिवसातून एकदाच गाडी असते ती.. सकाळी ७.३० ची... एकच गाडी अश्यासाठी.... कि कोणीच जात नाही त्या गाडीतून... शिवाय ती गाडी मागच्या २-३ गावातून इथे येते. ... ५-१० मिनिटं थांबते... मग निघते... एवढा वेळ खूप झाला ना... " आता काय करायचे, आकाशला प्रश्न पडला. पाटलांना कळलं ते...

" मी काय बोलतो...तसं पण तुम्हाला उशीर झालेला आहेच... आणि गाडी आज तर येणार नाही परत... थांबा इकडेच आज.. आज आमच्या गावात सोहळा आहे... त्यात सहभागी व्हा.. मोठ्ठा सोहळा असतो... " आकाशने सगळ्याकडे एकदा बघितलं. काही पर्याय नव्हता. म्हणजे आणखी एक दिवस हे सगळे आपल्या बरोबर असणार. " चालेल... " आकाश बोलला...

"ठीक.... मग तुमचं सामान इकडेच राहूदे... तुम्ही माझ्या सोबत चला. " म्हणत पाटील बाहेर गेले, मागोमाग हे सगळे.

"खरंच... आमच्या गावात या सोहळ्यासाठी खूप लोकं येतात... शहरातून पण... तेव्हा ती गाडी भरून जाते अगदी.... परंतु यावेळेस पाऊस खूप आहे म्हणून काही रस्ते वगैरे बंद झालेत.... माणसं कमी आली या वेळेस.... तुम्ही आलात ते एक बरंच झालं.. " चालत चालत पाटील आकाश बरोबर बोलत होते.

" कसला सोहळा असतो ? " आकाशने विचारलं.

" त्या गडावर आमची गावची देवी आहे... गड कोणी बांधला नाही ते माहित नाही पण १०० वर्षाहून जास्त , तेव्हापासून पूजा करतात , त्या देवीची... त्याचंच सोहळा आहे आज.. " आकाश सह बाकी सर्व , सजवलेलं गावं बघत होते. एका ठिकाणी पाटील येऊन थांबले. तिथे जमलेल्या लोकांकडे बघून म्हणाले.

" गावच्या सोहळ्यात सहभागी व्हायचे असेल तर कपडे बदलावे लागतील तुम्हाला आणि अंघोळ सुद्धा... चालत नाही आमच्या देवीला ते... " पाटील हसत म्हणाले. पाटलांनी तिथे जमलेल्या काही बायकांना आणि पुरुषांना बोलावून घेतलं. त्या सर्वांनी, मुलांना एकाठिकाणी आणि मुलींना दुसऱ्या ठिकाणी घेऊन गेले.. आंघोळी नंतर मुलांसाठी धोतर , सदरा आणि डोक्यावर फेटा असा पोशाख होता तर मुलींना नव्वारी साडी असा पारंपारिक पोशाख दिला.

एक वेगळीच मज्जा.. कसे सगळे नटले होते. आकाशने तर पहिल्यांदा असा पोशाख केला होता. सुप्री ,संजना सहित सगळ्या मुली, प्रथमच नव्वारी साडीत होत्या. काही जणींनी तर त्या मुलींना दागिने ही दिले. थोड्यावेळाने सगळा ग्रुप पुन्हा एकत्र आला. सगळेच नवीन

दिसत होते. आकाशने कॅमेरा आणला होता सोबत. सगळ्यांचे फोटो काढत होता. सुप्रीला बघून वेगळंच आलं काही मनात त्याच्या. बघतच राहिला तिच्याकडे...

" ओ फोटोग्राफर ... काढा फोटो पटकन... नही तो पैसा नही मिलेगा हा... " सुप्री हसत म्हणाली. आकाश बावरला जरा. पटकन एक फोटो क्लीक केला त्याने, पटकन दुसरीकडे गेला. सुप्रीला हसू आलं... त्याची धावपळ बघून... सर्व ग्रुप आता त्या सोहळ्यात, त्या गर्दीत मिसळून गेला.

छान असा सोहळा..सर्व गावकरी नाचत, ढोलकी, टाळ वाजवत त्या गडाकडे निघाले होते. या शहरातल्या लोकांना हे नवीनच... त्यामुळे भलतेच खुश, सुप्री-संजना... नुसत्या नाचत होत्या. Actually.... सगळेच नाचत होते, आकाश सोडून..... तो फक्त बघत होता ते सर्व... तोही खुश होता.. सर्वच घोळका करून नाचत होते, उड्या मारत होते.... काही लेझीम खेळत होते..... सुप्रीने आकाशकडे बघितलं. एकटाच बाजूला उभा राहून हे सर्व आनंदाने बघत होता. तशी ती घोळक्यातून बाहेर आली. आणि त्याचा हात पकडून ओढतच घेऊन गेली. नको , नको म्हणत होता तरी त्याचा नाचायला घेऊन गेली. त्याचा हात पकडूनच तीही नाचू लागली. प्रथम आकाशने हात सोडवण्याचा प्रयत्न केला. नंतर त्यालाही मजा वाटू लागली. आकाशचे पाय थिरकू लागले. तोही सुप्रीला साथ देऊ लागला. तिच्याकडे बघत बघतच तो नृत्य करत होता. आकाशला नाचताना पाहून सगळेच त्याच्याभोवती नाचू लागले. खूप मज्जा केली त्यांनी. वाजत -गाजत ते सर्व गडावर पोहोचले. छानपैकी पूजा झाली. तिथेच , गडावर मग गावकऱ्यांनी प्रसादाचे जेवण देयाला सुरुवात केली. नाचून- वाजवून दमलेल्या सर्वांनी पोटभर जेवून घेतलं. जेवण आटोपताच काहीजण पुन्हा , खाली गावात आले. बाकी सर्व वरतीच बसून आराम करत होते. आकाश आणि त्याचा ग्रुप सुद्धा वर गडावर थांबले.

अर्थात ,गडावरून छान असं दृश्य दिसत होतं. गडाच्या एका बुरुजावरून आकाश ते न्याहाळत होता. सुप्री त्याच्या मागोमाग आली. " काय बघताय ? " आकाशने खूण करून तिला जवळ बोलावलं. आणि एका दिशेला बोट केलं. घनदाट झाडी... जिथे नजर जाईल तिथे झाडंच- झाड... मधेच एखादा डांबरी रस्ता दिसत होता. सुप्रीला खूप आवडलं ते. आकाशने क्लीक केला तो क्षण.

" तुमच्या कॅमेराची बॅटरी संपत का नाही... म्हणजे एवढे दिवस फिरतो आहोत आपण. जादूची बॅटरी आहे का.. ? " आकाशला हसू आलं.

"चार जास्तीच्या बॅटरी असतात माझ्याकडे... त्यामुळे .... continue फोटो काढत असतो ना...म्हणून लागतात तेवढ्या मला .",

"छान... आणि किती फोटो काढलेत माझे.... " यावर आकाशला काय बोलावं ते कळलंच नाही. गप्पच राहिला. खरंच, त्याने खूप फोटो काढले होते, त्यात जास्त सुप्रीचेच होते. सुप्रीला ते आधीच कळलं होतं

" असं काही नाही... सगळ्यांचे काढले आहेत.... पण आज मज्जा आली, म्हणजे मी आधी कधीच नाच वगैरे केला नाही... तुमच्यामुळे हे झालं आज.. thanks... " आकाशने

विषय बदलला.

" thanks काय त्यात... एन्जॉय करायचं ना... मला बाबा असंच आवडतं... नाचायला, उड्या मारायला.... घरी आई करू देत नाही , ती वेगळी गोष्ट आहे... तुम्हाला एकटं राहून मज्जा येते, मला या सगळ्यांबरोबर मजा येते.... एक सांगू... तुम्ही सुद्धा असं एकटं राहत जाऊ नका.. एवढे छान फोटोग्राफर आहात.... एवढं फॅन फॉलोविंग आहे... एवढी जण ओळखतात तुम्हाला.., काय फायदा... चेहराच माहिती नाही कोणाला... लोकांमध्ये मिसळलात तर कळेल... मज्जा काय असते ती... " आकाशला पटलं ते...

" fan following तर माहिती नाही आणि इकडे कुठे आलं निसर्गात फेमस वगैरे... लहानपणापासून एकटं राहत आलो मी. म्हणून सवय झाली.... माणसात जास्त मिसळत नाही, त्याचं कारण हेच... " आकाश सुप्रीकडे बघत म्हणाला. " पण एक सांगतो... तुम्ही आल्यापासून खूप बदललो आहे मी.. एवढा कोणाशी बोललो असेन, मला आठवत नाही. एवढा कधी हसलो नाही, कि कशात सहभागी झालो नाही... means... खूप काही गोष्टी बदलल्या माझ्या... तुमच्यामुळे सगळं... " आकाशने हात जोडून सुप्रीला नमस्कार केला.

" अरे बाबा !! इतना लाजवो मत... " सुप्रीने चेहरा हाताने झाकून घेतलं.

आकाश मनापासून हसला. सुप्रीही हसू लागली. पुन्हा त्याचं लक्ष त्या हिरवाईतून दिसणाऱ्या लहानश्या डांबरी रस्त्यावर गेलं.

" उद्या सगळी गाडी येईल.. तुमचा शहराकडे प्रवास सुरु होईल... घरी जाणार सगळे तुम्ही... " आकाश शांतपणे म्हणाला. सुप्रीला जरा वाईट वाटलं.

" विसरणार का आम्हाला मग... आणि तुम्ही नाही येणार का आमच्या बरोबर शहरात... ",

"माहिती नाही... पण हा प्रवास तर कधीच विसरणार नाही.. " सुप्रीला बरं वाटलं.

" तुमच्या कार्डवर तुमचा मोबाईल नंबर नाही.... means... तुम्हाला कॉल करायचा असेल तर.. हे फोटोज मला पाहिजे असतील तर... देणार का मला... चालेल का तुम्हाला... " सुप्रीने जरा चाचरत विचारलं.

" मी तसा पण मोबाईल वापरत नाही. इथे कुठे range असते मोबाईलला... काय करू घेऊन मोबाईल... पाण्यात भिजला तर पुन्हा खराब होणार... नाहीच घेतला अजून... ज्यांना फोन करायचा असतो , त्याचे नंबर लिहून ठेवले आहेत माझ्याकडे... " आकाशने त्याच्या कॅमेराच्या बॅगमधून एक छोटी डायरी बाहेर काढली.

" तुम्हाला फोटो देईन मी... त्याचं टेन्शन घेऊ नका. तुमचा मेल आय-डी आणि नंबर लिहून द्या.. मी करिन कॉन्टॅक्ट तुम्हाला... " आकाशने डायरी आणि पेन सुप्रीकडे दिला.

" भारी आहात तुम्ही... हे काय घेऊनच फिरता का... " डायरी घेत सुप्री बोलली.

" या सर्वात... माझी कॅमेराची बॅग मी कधी सोडतच नाही... कायम माझ्या खांद्यावर असते. म्हणून हि डायरी सुद्धा राहते बॅग मध्ये. " सुप्रीने पटापट मेल आय-डी , मोबाईल नंबर लिहून दिला. त्यानंतर बराच वेळ गप्पा चालू होत्या दोघांच्या.

"Actually.. मीही तुमच्यामुळे change झाली... एवढी आनंदी कधीच नव्हते मी. त्यात तुम्ही ब्रेन वॉश केलात ना... कसं जगायचं शिकवलंत.. हलकं वाटते मन आता.... so, thank you ... आकाश.. " आता सुप्रीने हात जोडून नमस्कार केला. आकाशला हसायला आलं पुन्हा.

" शहरात पोहोचलात कि तुम्हाला फोटो मेल करिन मी... चालेल ना... " आकाश उगाचच कॅमेरा कडे बघत म्हणाला.

" त्यापेक्षा मलाच द्या ना फोटो ते प्रिंट काढून ... " आकाश सुप्रीकडे बघत राहिला.

" त्यासाठी भेटावं लागेल आपल्याला... बरोबर ना... "आकाशचा प्रश्न

" हो... मग भेटुया ना आपण... तुम्ही फोटोचे प्रिंट काढून आणा... मग मला सांगा कुठे भेटायचं ते.. " यावर आकाश काही बोलला नाही.

" काय झालं आकाश ,.... असे का बोलत नाहीत... नको भेटुया का आपण... " आकाश काही न बोलता गप्पच होता. अचानक , थंड हवेचा झोत आला. दोघांनीही त्या दिशेकडे बघितलं. दूरचे आभाळ काळवंडत होते.

" बहुदा पाऊस येतं आहे.. आपल्याला गड उतरावा लागेल." आकाश विषय बदलत बोलला.

"पहिलं सांगा... भेटुया ना आपण... " सुप्री काकुळतेने विचारात होती.

"बरं बाबा.. मी कॉल करिन तुम्हाला... मग ठरवू कुठे, कधी भेटायचं ते... आता तरी खाली जाऊया." एव्हाना सर्वांना पावसाची चाहूल लागली होती. त्यामुळे बाकी उरलेले सर्वच खाली गावात आले.

सर्व खाली पोहोचल्यानंतर १०-१५ मिनिटांनी पावसाने गावात प्रवेश केला. मुसळधार पाऊस.... सगळे थोडक्यात भिजता -भिजता वाचले. सगळा ग्रुप पाटलांच्या वाइयात शिरला. आकाश नव्हता त्यात. कुठे गेला तो.. एका आडोश्याखाली उभा राहिला होता एकटाच. सगळे त्या वाइयात उभे होते . सुप्री त्याला तिथूनच बघत होती. आकाशची नजर तिच्यावर होती. त्याला वाईट वाटत होतं... उद्या सर्व शहरात, आपापल्या घरी जातील... सुप्री पण... का असं होते आहे कळत नाही. आकाश मनातल्या मनात बोलत होता. जसा आला तसा गेला पाऊस... पटकन. पाऊस थांबल्यावर तो वाइयाकडे निघाला. " काय आहे... वाइयात का आला नाहीत... भिजायची एवढी हौस आहे वाटते... आणि तो कॅमेरा भिजला असता तर... मला फोटो कसे मिळाले असते... " सुप्री आकाशकडे बघून बोलली. आकाश तिच्याकडे न बघता एका कोपऱ्यात जाऊन बसला.

" काय झालं याला ? " सुप्री, संजनाच्या कानात फुंकर मारावी, तशी बोलली.

" काय माहित... दमला असेल बिचारा.. ",

"हो का... बिचारा वगैरे झाला तो... दमला एवढ्यात... भटकत असतो असा म्हणतो ना... लगेच दमला... " सुप्री...

" तुझ्या बडबडीने दमला असेल... किती दिवस बघते आहे मी.. सारखी त्याच्या मागेमागे असतेस.. कुठे गेला कि हि गेली शेपटी सारखी त्याच्या मागे... काय चाललंय दोघांचे... " संजनाने तिला एका बाजूला घेऊन जात विचारलं.

" क... कुठे काय... काही काय... समजलं ना... उगाच अफवा पसरवू नकोस... " सुप्रीला काय बोलावं ते सुचलं नाही.

" अफवा का... ठीक आहे.. आणि त्याला जरा आराम करू दे... एवढे दिवस त्याने सांभाळलं ना आपल्याला... राहू दे जरा त्या एकटं... आपण बाहेर जाऊन मज्जा करूया.. " त्या दोघी पुन्हा गावात फिरायला गेल्या. त्यांच्या मागून बाकी सगळे.

संध्याकाळ पर्यत सगळ्यांनी गावात खूप मज्जा केली. फिरून फिरून पाय दुखले तेव्हा मंदिरात आले. मंदिरचं केवढं मोठ्ठ होतं... त्यामुळेच इतक्या दूरून त्यांना त्या मंदिराचा कळस आणि झेंडा दिसत होता. मंदिरात देवाच्या समोर नतमस्तक होण्यासाठी एक-एक जण मंदिरात जाऊ लागले. तर आकाश एका कोपऱ्यात डोळे मिटून बसला होता. सुप्रीला त्याला बघून राहवलं नाही. त्याच्याजवळ गेली आणि त्याच्या कानात हळूच बोलली. " तुमच्या पायाजवळ झुरळ आहे.. " आकाशने डोळे उघडले नाहीत." या गोष्टी लहान मुलांना सांगा.... ते घाबरतील... मला नाही भीती वाटत... " आकाश डोळे न उघडताच बोलला. सुप्रीने त्यावर तोंड मुरडलं. थोडावेळ उभी राहून त्याच्याच बाजूला बसली. हळूहळू ग्रुप मधले एक-एक जण त्या दोघांच्या आजूबाजूला येऊन बसू लागले. आकाशचा एकांत निघून गेला. या सगळ्यांची कुजबुज सुरु झाल्यावर आकाशने डोळे उघडले... आता काय बोलायचं यांना... आकाश बसल्या जागी मनातल्या मनात बोलला.

" अरे... मी इकडे शांतता मिळावी म्हणून डोळे मिटून बसलो होतो... एवढ्या मोठ्या मंदिरात हि एकच जागा भेटली सर्वांना,... " आकाश सगळ्यांना उद्देशून बोलला.

" आम्हाला वाटलं इकडे बसायचं आहे.. तुम्ही दोघे बसला होता म्हणून... " संजना म्हणाली.

" बसा आता... जाऊ नका कोणी... थोड्यावेळाने इथे जेवण मिळेल... जेवूनच जाऊ कपडे बदलण्यासाठी... " आकाश बोलला.

जेवण झाल्यानंतर सगळेच पाय मोकळे करण्यासाठी मंदिराबाहेर आले. पाऊस नसल्याने, आणि गावात सोहळा असल्याने अजूनही गावं गजबजलेलं होतं. शहरातले हे रहिवाशी डोळे भरभरून ते सर्व पाहत होते. पुन्हा कधी असा सोहळा दिसेल कि नाही.. याची त्या सगळ्यांना कल्पना होती. रात्रभर फिरून आल्यानंतर झोप तर येणारच... पाटलांच्या वाड्यात सगळ्यांना जागा झाली असती... तरी मुलींनी वाड्यात ,तर मुलांनी मंदिरात झोपावे असे ठरले. अर्थात ७.३० ची बस असल्याने, आकाशने पुन्हा सगळ्यांना सकाळी लवकर उठण्यास सांगितले. सगळे उद्या घरी जायला मिळणार, या आनंदात झोपी गेले. मात्र आकाशला आज सुद्धा झोप लागणार नव्हती. Finally... उद्या जातील सर्व... आपापल्या घरी.. मी जाईन का त्यांच्याबरोबर, माहित नाही... सुप्री आठवण ठेवेल का, माहित नाही...

पहिल्यांदा इतके प्रश्न पडले.. एकाचेही उत्तर माहित नाही.... विचार करतंच कधी झोप लागली ,कळलंच नाही.

पहाटे ठरल्याप्रमाणे, हे सगळे लवकर उठून तयार झाले. सगळेच उत्साहात होते.. का नसावं, एवढ्या दिवसांनी ते घराकडे निघाले होते... आकाशला मनातून वाईट वाटत होते. त्याच्या चेहऱ्यावर ते स्पष्ट दिसत होते. पाटलांचा निरोप घेऊन ते बस स्टॅन्ड कडे निघाले.. का माहित नाही.. ते एवढंसं अंतर आकाशला चालायला खूप कष्ट पडत होते. सगळ्या ग्रुपमध्ये तोच मागे राहिला होता. बस स्टॅन्डवर पोहोचले तेव्हा ७.१० वाजले होते. बस येण्यास अजून २० मिनिटे होती.

" तिकीट कुठे मिळतील ? " आकाशने तिथेच उभ्या असलेल्या दुसऱ्या बसच्या कंडक्टरला विचारलं.

"नवीन आहेत वाटते तुम्ही इथे... ? " त्याने आकाश आणि या सर्व ग्रुपकडे बघत विचारलं.

" हो... शहराकडे निघालो आहोत... ती बस येईल ना आता.. त्याची तिकीट... ",

"बसची तिकिटे, बसमध्ये बसलात कि काढा... इथे तसंच चालते. " असं बोलून तो निघून गेला.

पाटील बोलल्याप्रमाणे, या बस साठी कोणीच प्रवाशी नसतात गावातून. कारण फक्त हा ग्रुप तेव्हढा तिथे होता. मग काय, बसला वेळ होता, गप्पा मारत बसले सगळे. आनंदात तर होतेच सर्व शिवाय परतीचा प्रवास असल्याने आनंदात अधिक भर पडली होती. सुप्री आणि संजना सुद्धा मज्जा-मस्करी करत होत्या. आकाश एकटाच एका बाजूला बसला होता शांतपणे... सुप्रीने ते बघितलं. संजनाला म्हणाली ती.

" एवढं आपल्याला तो घेऊन आला... आणि थोड्यावेळाने गाडी येईल.. thanks पण बोललो नाही त्याला... " संजनाला पटलं ते. तिने सगळ्यांना सांगितलं. सगळे एकत्र तो बसला होता तिथे गेले. पुन्हा सगळा ग्रुप त्याच्या भोवती जमा झाला. आकाशच्या चेहऱ्यावर प्रश्नचिन्ह.

" काय झालं ? " ... "थॅक्स !! " सर्व एकसुरात म्हणाले. तेव्हा आकाशच्या चेहऱ्यावर हास्य उमटलं.

" कश्याबद्दल ? " आकाश उभा राहिला.

"एवढे दिवस तुम्ही आमच्या सोबत होता, कोणालाही काही होऊ दिले नाही. आम्ही अनोळखी असून सुद्धा आमच्यासाठी एवढं केलंत. म्हणून थॅक्स... " एक मुलगा बोलला.

" त्यात काय... मदत तर केलीच पाहिजे ना... " आकाश म्हणाला.

" पण त्यादिवशी जर तुम्ही भेटला नसतात तर काय झालं असतं ते देवालाच माहित... " संजना म्हणाली.

" मग तुम्हाला पण थॅक्स.... कारण मी सुद्धा खूप एन्जॉय केली हि भटकंती... सर्वांचा खूप आभारी आहे... मी कधीच विसरणार नाही " आकाश सर्वांशी हात मिळवू लागला. सुप्री

जवळ आला आणि हात मागे घेतला.

" का... माझ्या हाताला काय काटे आहेत का... " सुप्रीने आकाशचा हात ओढून घेतला नी हात मिळवला.

सगळे आनंदी होते, आकाशला थँक्स म्हणून झालेलं.. फक्त बस येण्याची वाट बघत होते. आकाशला काय होतं होते, ते स्वतःलाच कळत नव्हतं. शेवटी आकाश बोलला.

" गाडी येण्यास अजून १० मिनिट आहेत. गाडी आली कि लगेच त्यात जाऊन बसा. पैसे आहेत ना सगळ्यांकडे,... तर शहरात कुठे जायचे आहे ते नीट सांगा कंडक्टरला... तसं तो तिकीट देईल.. आणि शांतपणे घरी जा.. ",

"तुम्ही येणार नाही का आमच्याबरोबर... " सुप्रीने विचारलं.

" माहित नाही अजून... कदाचित आणखी दोन दिवस थांबेन मी इथे... शिवाय, तुमचा आणि माझा रस्ता वेगळा आहे.. " आकाश बोलला, तरी शेवटचं वाक्य बोलताना त्यालाच वाईट वाटत होतं. सुप्री त्यावर गप्प झाली.

"ok... आता एक काम करू... सगळ्यांनी डोळे मिटून शांत बसा. आपण गेल्या १० दिवसात काय काय केलं , हे आठवा. मी काल मंदिरात तसेच करत होतो, छान वाटते तसं केल्याने.... "

पुन्हा नवीन काहीतरी ... म्हणून सगळेच डोळे मिटून, भटकंती सुरु झाल्यापासूनचे आठवायला लागले. आकाशने सर्वात शेवटी डोळे मिटले. एक -एक गोष्ट जश्याच्या तश्या डोळ्यासमोर दिसू लागल्या. ते या सगळ्यांचे मोठ्याने हाका मारून बोलावणं... मग सुरु झालेला प्रवास... प्रवासात भेटलेले गावकरी, तो आदिवासी पाडा, सखा.... सोनेरी रंगात न्हाऊन निघालेली संध्याकाळ... प्रसन्न सकाळ... तो नदीचा पूर... पायाला झालेली दुखापत... मुसळधार पाऊस... वारा... विजांचे नदीच्या पाण्यात मिसळून जाणे... पक्षांचा आवाज, गरुडाची झेप...आणि ..... आणि त्या दगडावर बसलेली सुप्री आणि तिच्या आजूबाजूने वाहणारं धुकं.. अचानक आकाशच्या डोळ्यासमोर ते दृश्य उभं राहिलं. पटकन त्याने डोळे उघडले. आजूबाजूला बघू लागला. बाकीचे अजूनही डोळे मिटूनच होते. आकाशने त्याची सॅक उचलली. हळूच खांद्यावर लावली आणि हलक्या पावलांनी तो निघून गेला. जाता जाता या सगळ्या ग्रुपचा फोटो काढायला विसरला नाही. त्यांना तसं जाताना बघणं, specially... सुप्रीला... त्याला जमलं नसतं ते. म्हणून कोणालाही न सांगता तो निघून गेला.

बसचा हॉर्न वाजला तसे सगळ्यांनी डोळे उघडले. सगळ्यांच्या डोळ्यात त्या आठवणींनी पाणी आलेलं.... आनंदाश्रू. इतक्या दिवसांनी ते आपल्या घरी जाण्यास तयार होते. संजनाने बस ड्राइव्हरला विचारलं,

" हि बस जाते ना शहरात... " बस ड्राइव्हरने होकारार्थी मान हलवली.

"५ मिनिटात निघणार बस... सगळ्यांनी बसून घ्या... " बस ड्राइव्हर बोलला, हे ऐकून सगळ्या ग्रुपने जल्लोष केला. एकमेकांना मिठ्या मारल्या. जणूकाही जग जिकावे असा आनंद.. सगळे रडत होते, रडता रडता हसत होते. बसमध्ये जाऊन बसले... सगळेच बसले,

फक्त त्यात आकाश नव्हता.

"असेल इथेच कुठेतरी... येईल तो.. "एका मुलीने आजूबाजूला बघत म्हटलं. ५ मिनिटांनी गाडी सुरु झाली. तरी आकाशचा पत्ता नाही...

" थांबा ओ... कंडक्टर काका... एक जण यायचा आहे अजून... " सुप्रीने आकाशसाठी गाडी थांबवली...

" दोनच मिनिट थांबणार हा गाडी... " सुप्री गाडी बाहेर येऊन त्याला शोधू लागली. नव्हताच तो. संजना खाली आली आणि सुप्रीला बस मध्ये ओढत घेऊन गेली.

" तो बोलला होता ना.. नाही येणार आपल्या बरोबर म्हणून.. " संजना बोलली...

" पण सांगून नाही गेला ना तो... " सुप्रीच्या डोळयात पाणी दिसू लागलं..

" चल... तो निघून गेला.. " संजना तिला जबरदस्ती सीटवर बसवलं. गाडी सुरु झाली. तरी सुप्री खिडकीतून आकाशला शोधत होती. गावं मागे गेलं आणि सुप्रीने खिडकीतलं डोकं आत घेतलं. मजल-दरमजल करत ते रात्री उशिराने शहरात पोहोचले.

आकाश पुन्हा त्या गावात आला. मंदिरात बसून फोटो बघत बसला. सुप्रीचे साडीमधले फोटो बघत होता. सर्वात शेवटी, तो त्याने काढलेला ग्रुप फोटो होता... खूप वेळ तो फोटो बघत होता.. इतक्या माणसांबरोबर पहिल्यांदा एवढा वेळ राहिलो आपण... प्रवास केला... इतका वेळ बोललो... खूप हसलो.. नृत्यही केलं.... आणि आता सर्व निघून गेले.. पुन्हा एकटा झालो. या विचाराने त्याने कॅमेरा पटकन बंद करून बॅगमध्ये ठेऊन दिला. तसाच होता किती वेळ बसून... पुढे कुठे फिरायला जायचा मूड अजिबात होतं नव्हता. पूर्ण दिवस त्याने मंदिरात बसून घालवला.शेवटी त्याने रात्री ठरवलं कि सकाळच्या गाडीने शहराकडे निघावं. रात्र मंदिरात काढून सकाळ होताच शहराकडे निघाला.

बस शहरात आली तेव्हा पाऊस पडत होता.. आकाशकडे छत्री,रेनकोट काहीच नव्हतं. तसाच भिजत भिजत, त्याच्या स्वतःच्या घरी गेला. भिजलेल्या अंगाने तो त्याच्या रूममध्ये गेला. सॅक खाली ठेवून एका खुर्चीवर जाऊन बसला. आईने पाहिलं त्याच्याकडे. तिला जरा विचित्र वाटलं ते पण काही बोलली नाही. पुढचे २ दिवस आकाश घरीच बसून होता.

तिथे सुप्री ,आकाशच्या फोन वा मेलची वाट बघत होती. शहरात येऊन आता ३ दिवस झाले होते. आकाश तर बोलला होता कॉल करतो म्हणून... मग का केला नसेल... सुप्रीच मन लागतं नव्हतं. त्यादिवशीही , संजना बरोबर ऑफिसला निघाली तेव्हा सुद्धा सारखी फोन चेक करत होती. संजनाने स्कुटी बाजूला लावली. ५ मिनिटांनी तिला कळलं कि स्कुटी थांबली आहे ते.

" अरे... आलं पण ऑफिस... लवकर पोहोचलो आज.. " तिची बॅग सावरत सुप्री स्कुटीवरून उतरली. " हे तर ऑफिस नाही, इकडे कुठे थांबलीस संजू.. " सुप्री आजूबाजूला बघत म्हणाली.

" तुझ्या बरोबर बोलायचं होतं म्हणून.. " संजना हाताची घडी घालून उभी होती.

" काय झालंय तुला... ?" संजनाचा पहिला प्रश्न.

" मला काय होणार.. ? ",

" हेच तर... हल्ली कुठे लक्ष असते तुझं.. धड जेवत नाहीस. सारखं त्या फोनवर काहीतरी बघत असतेस.. त्या पिकनिक वरून आल्यापासून हेच चालू आहे तुझं... " संजना म्हणाली.

" क.. कुठे काय... काय पण बोलतेस.. चल ऑफिसला जाऊ नाहीतर सर ओरडतील.... ",

" नाही ओरडणार... सांग, कोणाच्या फोनची वाट बघत असतेस... " सुप्री मान घालून उभी. " हे असं सुरु आहे तुझं... गेल्या ३ दिवसात किती वेळा हसलीस... हसलीस तरी का... कामात पण लक्ष नाही, मला पहिलं वाटलं पिकनिकचा हँगओव्हर असेल... तसं तर काहीच दिसत नाही. आकाशच्या फोनची वाट बघत आहेस ना.. " ते नावं ऐकलं आणि सुप्रीने लगेच तिच्याकडे बघितलं.

" हो.. त्याचं नावं आकाश आहे आणि तोच तो फेमस फोटोग्राफर आहे हे मला कळलं आहे." संजना म्हणाली.

" कसं काय ? " सुप्रीने लगेच विचारलं.

" त्या दिवशी, झोपेत बडबडत होतीस... आकाश माझा फोटो काढ ना... असं काहीसं...त्यानंतर मी तुझ्या बॅगमध्ये काहीतरी शोधत होती तर आकाशच कार्ड सापडलं. आता ते कार्ड , त्या प्रवासात देणार एकच व्यक्ती... मिस्टर "A"... बरोबर ना... तोच आकाश आहे ना.. ",

" हो गं... तोच आकाश आहे.. आणि तो बोलला होता, भेटूया आपण, कॉल करिन.. तीन दिवस झाले ना.. एकपण कॉल आला नाही... " सुप्रीचा आवाज रडका झाला.

" तो काय असा सगळ्यांना कॉल करतो का... आणि एवढं वाटते तर तू कर ना कॉल.. " ,

"त्याच्याकडे नाही आहे ना मोबाईल... खरंच गं, त्याने केला पाहिजे कॉल... " ,

"का ? ",

" त्याला मिस करते आहे ना मी, मला आवडतो तो... " एकदम बोलून गेली सुप्री. त्यावर संजना काही बोलली नाही.

"बस स्कुटीवर... ऑफिसला उशीर होईल.. " सुप्री निमूटपणे बसली. दोघी ऑफिसला आल्या.

आज पाचवा दिवस, सकाळ पासून पाऊस. आकाश घरीच बसून होता. एवढ्या वर्षात पहिल्यांदा तो इतके दिवस घरी होता. आकाशची आई त्याच्या रूममध्ये डोकावून आली. आकाश खिडकी शेजारी उभा राहून बाहेर पडणाऱ्या पावसाकडे बघत होता. आई त्याच्या शेजारी येऊन उभी राहिली.

" काय झालं आकाश.. ? " आईने विचारलं. आकाशने नकारार्थी मान हलवली. " मला तर सांगू शकतोस ना तू.. काय नावं आहे तिचं.. " आकाश आईकडे बघू लागला.

"आई !! ",

" काल रात्री... कॅमेरा projector ला लावूनच झोपलास... मी projector बंद करायला आली तेव्हा एका मुलीचा फोटो होता... दगडावर बसलेली, आजूबाजूला धुकं... छान होता फोटो अगदी... " ,

"आई... तो असाच काढला होता फोटो... " आकाश उडवा-उडवीची उत्तर देऊ लागला. " आणि तू कधीपासून माझी काळजी करू लागलीस... पहिलं कधी अशी विचारपूस केली नाहीस माझी... " आकाश पुन्हा त्याची सॉक भरू लागला.

" तुझं वागणं... त्यामुळे मला वाटलं काही झालं आहे... ५ दिवस झाले.. घरीच बसून आहेस, मी आजारी असताना, आठवडा भर मुंबईत होतास... रोज बघायला यायचास, पण एकदाही घरी थांबला नाहीस... आधीसुद्धा एक दिवस, फारतर दोन दिवस घरी असायचास... आणि त्या दिवशी, भिजत आलास पावसात... पावसाचे फोटो काढायला आवडतात तुला, भिजायला तर मुळीच नाही आवडत तुला... आता, तो फोटो... पहिल्यांदा असा कोणत्यातरी मुलीचा फोटो बघताना बघते आहे तुला... " आकाशने सॉक भरायचे काम थांबवले. आणि बेडवर जाऊन बसला. " बोल बाळा... मला सांग, काही मनात असेल तर... " आईने मायेने त्याच्या डोक्यावरून हात फिरवला.

" पाऊस आणि तो प्रवास... भरून राहिला आहे मनात माझ्या... किती प्रयन्त केले तरी निघतंच नाही ग... काय करू.. " आकाशला तसं पहिल्यादा बोलताना आई बघत होती. हळूहळू आकाश त्या प्रवासाबद्द्दल सांगू लागला. सविस्तर... कसे सगळे भेटले, कुठे कुठे गेले.. काय बघितलं.. आकाशने projector चालू केला आणि फोटोसहित वर्णन करू लागला. आवडीने सांगत होता... जसा शेवटचा फोटो आला तसा आकाश बोलायचा थांबला, " पहिला कधी एवढ्या माणसात राहिलो नव्हतो... त्यात ती सुप्री... बडबड -बडबड... वेडा करून सोडायची बोलताना.... सारखी हसत... मज्जा -मस्करी... " बोलता बोलता डोळ्यात पाणी साचलं. " पण आता बघ... परत एकटा झालो... त्या ९-१० दिवसात सगळ्यांची सवय झालेली, specially... सुप्रीची... एकदम दूर गेले.... आधी माणसात राहायची सवय नव्हती... आणि आता एकटं राहता येत नाही. " आकाश डोळ्यातून पाणी येण्याआधीच डोळे पुसत म्हणाला.

" मग मिसळ ना माणसांमध्ये... त्यांना जाऊन भेट ना... तुझ्या बोलण्यातून तर सुप्री तुला आवडते अस वाटते... मग तसं सांग तिला... घाबरतोस का.. " आईला हसू येत होतं. कारण आकाशला पहिल्यांदा असं बघत होती ती.

"कसं सांगू तीला.. तू आवडतेस म्हणून... मी असा भटकत असतो... ती जॉब करते... मी शांत स्वभावाचा.. ती मुक्त... कसा कुठे मेळ बसतो का आमचा... त्यात तीच एकदा ब्रेक-अप झालं आहे. त्यातून आता कुठे सावरते आहे, माझ्या बरोबर पटलं नाही तर काय करेल ती... आणि कधी भेटणार तिला... घरी का थांबतो माहित आहे... ती अचानक समोर येईल म्हणून... आणि प्रवासाला जात नाही कारण तिथे तिची आठवण येईल म्हणून... काय करू तेच कळत नाही. " आकाश डोकं धरून बसला.

"हे बघ बाळा... तू असा विचार करू नकोस कि तुझं कसं जमेल ते... तू आवडतोस का तिला... " आईने विचारलं..

"बहुतेक... ते मलाही माहित नाही... परंतु तिच्या वागण्यावरून तसं वाटायचं मला... सारखी माझ्या बरोबर राहायची... ",

" मग झालंच कि... तू जा भेटायला तिला... निदान एकदा तरी... कारण हे जे तुझं झाल आहे ना , ते सुप्री बरोबर भेटून आणि बोलूनच solve होईल... नाहीतर असाच या गोष्टी मनात ठेवून राहशील... ",

"पण ... तिला आवडेल का... " आकाशने पुन्हा प्रश्न केला.

" तू एकदा भेट तरी तिला.. आवडते... न आवडते... हे तिच्यावर अवलंबून आहे... मनातलं सांगून टाक... प्रेमात पडला आहेस तिच्या... होकार -नकार.. काहीही असो... तू बोललास तर तुझं मन हलकं होईल. मी तर सांगते आजच जा... उशीर नको करुस.. " आई बोलता बोलता उठली.

" आई. प्लिज... थांब ना.. " आकाशने आईला थांबवलं. " सांग ना मला... काय करायचं भेटायला जाताना.. मी असा कधी भेटायला गेलो नाही ना... " आईला पुन्हा हसू आलं.

" काहीतरी छान असं गीफ्ट घेऊन जा... तिला आवडेल असं.. आणि हे... जरा चांगले कपडे घालून जा... दाढी वगैरे करून जा... म्हणजे तिला तुझाकडे बघून छान वाटेल.. एवढंच... बाकी तू बघून घे काय ते... मी जाते.. " आई निघाली तिच्या रूमकडे.. जाता जाता थांबली...

" तुला वाटतं आलं ना आता पर्यंत... माणसं चांगली नसतात. म्हणून तू तिथे... राना-वनात भटकायचास... बघ, अशी चांगली माणसं भेटली ना कि आयुष्य बदलून जाते. राहत जा रे शहरात.... चांगली माणसं भेटतात ती अशी.. " आई हसत निघून गेली.

आज तर पाऊस आहे... उद्याच भेटू सुप्रीला... आईच्या बोलण्याने आकाशमध्ये वेगळाच आत्मविश्वास निर्माण झाला होता. आज जाऊन काहीतरी गिफ्ट घेऊ, शेविंग करू... नवीन कपडे घेऊ... असा प्लॅन करून आकाश घराबाहेर पडला. सर्व करेपर्यंत संध्याकाळ झाली. अरेच्या !! सुप्रीला फोन करायचा राहिला. ती बोलली ना, मोबाईल का वापरत नाही, म्हणून एक नवीन मोबाईल घेतला... नवीन सिमकार्ड घेतलं... पण ते २ दिवसांनी सुरू होणार... कॉल आजच केला पाहिजे, म्हणून घरी आल्यावर तिथूनच त्याने सुप्रीला कॉल केला. तेव्हा सुप्री , संजना बरोबर स्कुटीवरून घरी चालली होती. अनोळखी नंबर होता म्हणून तिने कॉल कट्ट केला. आकाशला वाटलं कि चुकीचा नंबर लागला म्हणून पुन्हा त्याने कॉल केला. स्कुटीवर असल्याने,त्यात पाऊस .. म्हणून सुप्रीने पुन्हा कॉल कट्ट केला. आता तर बरोबर लागला होता कॉल , तरीपण कट्ट केला... कमाल आहे.. परत त्याने काही कॉल केला नाही.

पुढचा दिवस, आकाशच्या आईने, सकाळीच त्याला कॉल बद्दल विचारलं.

"तिने दोन्ही वेळेला कट्ट केला... कदाचित तिला भेटायचं नसेल मला... " आकाश मान खाली घालून बोलत होता.

" वेडा रे वेडा... तुला कसं माहित बोलायचं नाही ते... ",

"तिने कॉल कट्ट केला दोनदा... ",

"अरे... पण तिला कुठे माहित आहे... कि तुझा कॉल आहे ते... आता परत लाव कॉल... काल कामात असेल म्हणून कट्ट केला असेल कॉल... आता कर.. " आकाशने कॉल केला.. सुप्री ऑफिसमध्ये होती...पुन्हा तोच कालचा नंबर... उचलला कॉल... " हॅलो.. " आकाशने आवाज ओळखला. छानसं हास्य आलं त्याच्या चेहऱ्यावर... " हॅलो.. !! " सुप्रीने पुन्हा आवाज दिला. आकाश फक्त आवाज ऐकत होता. स्वतः मात्र गप्प होता. सुप्रीने कॉल कट्ट केला... अरे ,हो... बोललोच नाही आपण... पुन्हा कॉल केला. सुप्रीने उचलला. " हॅलो !! " आताही आकाश तिचा आवाज ऐकत होता.

" हॅलो.. कोण आहे... बोलायचं नाही मग कशाला करता कॉल... " सुप्री कॉल कट्ट करणारच होती तेव्हाच आकाश बोलला. " हॅलो.. ओळखला का आवाज... " सुप्री कान देऊन ऐकत होती. आवाज ओळखला तिने. तशी मोबाईल घेऊन बाहेर आली. किती आनंद झाला होता तिला. आकाशला वाटलं, पुन्हा कॉल कट्ट झाला.. " हॅलो ... हॅलो... " सुप्रीला विश्वासच बसत नव्हता कि आकाशने कॉल केला." आकाश ना !! " सुप्रीने दबक्या आवाजात विचारलं..

" हो.. आकाशच... मिस्टर A... म्हणालात तरी चालेल... " सुप्रीची कळी खुलली.

" काय ओ... किती दिवसापासून वाट बघते आहे मी तुमच्या कॉल ची... का केला नाहीत... ",

"असंच.. मूड नव्हता.. ",

"हो का... मग आता मूड आहे का... ",

"असं नाही.. पण मी काल दोनदा कॉल केलेला... दोन्ही वेळेला कट्ट... मला वाटलं तुम्हाला बोलायचं नसले माझ्या बरोबर.. " आकाश म्हणाला...

" हो का... look गणू... कोण बोलते आहे ते... मला काय स्वप्न पडलं होतं का... कि तो तुमचा कॉल आहे ते.. सांगा... " आकाशला हसू आलं. त्याच्याबरोबर सुप्रीही.. थोडावेळ असाच हसण्यात गेला. " मग माझे फोटो... कधी देणार आहात... " ,

"देईन लवकर... ",

"लवकर म्हणजे कधी.. ? " आकाश पुन्हा भेटण्याबाबत विचार करू लागला. "झोपली वाटते माणसं.... हॅलो... कोई है क्या उधर... " आकाश काही बोलला नाही म्हणून सुप्री बोलली.

" हो आहे... बरं फोटो पाहिजे आहेत ना... मग आज देऊ का... " आकाशने विचारलं तसं सुप्रीने उडीच मारली.

" कुठे भेटूया... ? " ,

" मी थोड्यावेळाने कॉल करून सांगतो... तिथ या.. तुम्ही ऑफिसमधून किती वाजता निघता... " आकाशने विचारलं.

" तुम्ही सांगा... किती वाजता येऊ ते... तशी मी निघते." ,

"ठीक आहे... पुन्हा कॉल करतो मी.. " आकाशने कॉल कट्ट केला.

इकडे सुप्री उइया मारतच ऑफिस मध्ये आली. आणि जागेवर बसली. संजना तिच्याकडे बघत होती. सुप्री काही बोलणार , त्याच्या आधीच संजनाने विचारलं ..

" आकाशचा फोन आलेला ना.. कुठे भेटणार आहात.. " ,

" अरेच्या !! तुला कसं कळलं... डिटेक्टिव्ह तर मी आहे... शिकली पोरगी डिटेक्टिव्ह गिरी... पोरगी शिकली , प्रगती झाली. " सुप्री हसत म्हणाली.

" गप्प ग येडे.. बरोबर ना... आकाशने कॉल केलेला ना.. " ,

"हो... भेटायला बोलावलं आहे.. " ,

"कुठे ? " ,

" सांगेल परत फोन करून... " ,

"ठीक आहे.. " संजना पुन्हा काम करू लागली. सुप्रीच लक्ष नव्हतं कामात. संजना तिच्याकडे बघत होती.

" सुप्री... एक ऐकशील का माझं... तू त्याला सांगून टाक... " ,

"काय ते ? " ,

" हेच... तुला आवडतो ना तो... ते सांगून टाक...",

"चूप.. वेडी आहेस का तू.. चल काही पण असते तुझं... " ,

"नाही सुप्री... एवढे दिवस बघते आहे मी... तो जेव्हा इकडे होता ना, आपल्या बाजूच्या ऑफिसमध्ये... तेव्हा सुद्धा तो आवडायचा ना तुला, तेव्हा कुठे नाव माहित होतं त्याचं... प्रवासात, आकाश तुझ्यामुळेच आपल्याला मदत करायला आला.. तू एकटीच त्याची विचारपूस करायला जायचीस... तोही फक्त तुझाबरोबरच बोलायचा... बघितलंस का कोणाशी बोलताना,तुझाशिवाय.... पूर्ण प्रवासात...आकाश सोबत एकट बोलताना किती वेळा बघितलं आहे मी... मीच काय सगळ्या ग्रुप ने... तुझ्या मनात काय चाललंय ते मला आधीच माहित होतं. लहानपणापासून ओळखते तुला... मला फसवू शकत नाही तू... " तशी सुप्रीने संजनाला मिठी मारली. सुप्रीला पुन्हा कॉल आला आकाशचा... बाहेर आली.

"हॅलो, आकाश बोलतोय.. " ,

"हा... ओ... ओळखला आवाज.. कुठे भेटूया... आणि किती वाजता... " ,

" संध्याकाळी जमेल ना.. ४.३० - ५ वाजता... " ,

"हो नक्की... कुठे भेटूया,..... " ,

"हॉटेल ताज माहिती आहे ना.. तिथेच... " सुप्री हसू लागली. "यात हसायला काय...... मी खरोखर तिथे टेबल बुक केला आहे.. " तरी सुप्री हसत होती.

"हसता का... " ,

"अहो... मला तिथे आतमध्ये तरी घेतील का... गेट जवळूनच पळवून लावतील. ",

"ठीक आहे... मी बाहेर उभा राहीन... तुम्ही या ४.३० वाजता तिथे... वेळेत या... " आकाशने कॉल कट्ट केला.

संजनाला सुप्री बाहेर घेऊन आली. " ऐक ना... आकाशने... हॉटेल ताजमध्ये बोलावलं आहे... ",

"wow !! मज्जा आहे एका मुलीची... " संजनाला आनंद झाला.

"काय मज्जा... कसलं मोठ्ठ हॉटेल आहे ते... जाऊ कि नको विचार करते आहे... " सुप्री उगाचच विचार करायचे नाटक करू लागली.

" येडे...जा ना... एवढं बोलावलं आहे तर... तुला भेटायचं आहे ना... ",

"तस नाही गं ... expensive आहे ना... म्हणुन, आपल्याला बाबा... त्याच्या बाजूला असलेला समुद्र आवडतो... ",

"गप्पपणे जा तिथे... नाहीतर मी जाते... आणि त्याला सांगून टाक आजच... ",

"नको ग... भीती वाटते... त्याला आवडत असेल कि नाही मी ...",

" हो... त्यालाही आवडतेस तु... म्हणून तर कॉल केला ना त्याने.. आणि ऐक... चांगला ड्रेस घालून जा.. त्यालाही बरं वाटेल तुला बघून... किती वाजता बोलावलं आहे... " .

" ४.३० " ,

" मग.. सरला सांगून आताच half day घे... तुझ्या कामाचं मी बघते...निघ लवकर.. " संजना बोलली. "thanks पोरी.... love you संजू... " सुप्रीने पुन्हा मिठी मारली...

"love you... त्याला म्हण .... आकाशला.... " संजना बोलली तश्या दोघी हसू लागल्या.

सुप्री घरी आली. कोणता ड्रेस... कोणत्या रंगाचा... एवढा वेळ नव्हता विचार करायला. तिचा आवडता रंग... काळा... त्याच रंगाचा छान असा ड्रेस होता... कधीतरीच तो वापरायची... तोच निवडला तिने. पटापट तयारी केली... निघाली. वेळेत पोहोचली ती हॉटेल ताजमध्ये... आकाश बोलल्याप्रमाणे बाहेर उभा होता. त्याला बघून चाट पडली ती. त्या ऑफिसमध्ये नी प्रवासातला आकाश... आणि आता उभा असलेला आकाश.. किती फरक दोघात... शेविंग केल्याने वेगळाच दिसत होता.. केस नीट विंचरलेले, कपडेसुद्धा एकदम मस्त...महागातले असणार बहुदा.. सुप्री कधीपासून त्याला न्याहाळत होती. एव्हाना आकाशचे लक्ष तिच्याकडे गेलं. त्या ब्लॅक ड्रेस मध्ये किती वेगळी दिसत होती सुप्री... दोघे तसेच एकमेकांना बघत होते कधीचे.

आकाश प्रथम "जागा" झाला. सुप्री जवळ गेला." Hi " आकाशने हात पुढे केला.

" Hi ... कसे आहात... " ,

"I'm fine ... " सुप्री हसू लागली. किती दिवसांनी ते हसू आकाश बघत होता. छान वाटलं त्याला.

" का हसता.. ? " ,

"एवढ्या मोठ्या हॉटेल मध्ये .. इंग्लिशच बोलावं लागत असणार.. मला कुठे येते... " आकाशलाही हसू आलं..

"असं काही नाही... चला आता जाऊ... " सुप्री हॉटेलच्या गेटजवळ आली आणि थांबली.

" काय झालं? " , आकाशचा प्रश्न...

" मला वाटते... आपण नको त्या हॉटेलमध्ये... " ,

" का ? मी टेबल बुक केला आहे.. "

"तसं नाही... पण मला awkward फील होते आहे... सवय नाही मला याची... " ,

"ok ... मग काय करूया... " बाजूलाच समुद्र होता...

" इथे जाऊया ना... मला आवडतो समुद्र किनारा... " आकाश काय बोलणार... " चला ... " दोघे फिरत फिरत एका ठिकाणी येऊन बसले. बाजूला चणेवाला होता... सुप्रीने चणे घेयाला लावले. आकाशने आज्ञेचे पालन केले. " बघा किती स्वस्तात काम झालं... कशाला पाहिजे ताज वगैरे... " दोघे चणे खात गप्पा मारत बसले.

" बर... माझे फोटो कुठे आहेत ? " ,

"देईन... " ,

"म्हणजे... आणलेच नाही का... " ,

"आणणार होतो... पण ते माझ्याकडेच राहावेत असं वाटलं मला... म्हणून नाही आणले... " ,

"म्हणजे काय... सरळ सांगा ना... " ,

"नाही कळणार तुम्हाला... असो... कॉफी घेण्यास तरी चला हॉटेलमध्ये.... " आकाशने विषय बदलला.

" कशाला.... इथे कोपऱ्यात टपरीवर मस्त कॉफी मिळते... आम्ही येतो ना दोघी कधी कधी इथे.... " हात पकडून ती आकाशला खेचून घेऊन गेली. दोन कप कॉफी झाल्या.

" चला..... आता माझ्या favourite ठिकाणी घेऊन जाते तुम्हाला... " चालत चालत दोघे बरेच पुढे आले.

छान हवा सुटली होती. त्याठिकाणी कोणीच नव्हतं...

" कमाल आहे ना... इथे एकही जण नाही.. " आकाश पहिल्यांदा तिथे आला होता...

" ते तिथे सगळी लोकं बसतात... इथे लांब पडते ना हि जागा.. कोणी नसते म्हणून इथेच बसते मी... मी आणि संजू.... कधी कधी मी एकटीच असते... " बोलता बोलता सुप्री जाऊन बसली त्या कठड्यावर... आकाशच्या मनात चलबिचल सुरु होती. हातात कधी पासून गिफ्ट होतं. देऊ कि नको... विचार मनात घोळत होता. शेवटी मनाची तयारी करून... आकाश बोलला.

" सुप्री... तुमच्यासाठी गिफ्ट... " ते बघून सुप्रीला अजून एक आनंदाचा धक्का...

" कशाला... फोटो आणायचे ठरलं होतं ना... मग गिफ्ट कशाला.. ? ".

" असंच... माझ्याकडून... घ्या... " सुप्रीने घेतलं... उघडून बघितलं तर छानसा कॅमेरा...

" wow !! superb !!!! ..... " सुप्रीला किती आनंद झालेला... कॅमेरा न्याहाळत बसली.

" Thanks आकाश... पण हे मी नाही घेऊ शकत.. " सुप्री ते गिफ्ट परत देत म्हणाली.

" एवढं expensive नको... तुम्ही भेटलात हेच खूप झालं माझ्यासाठी...",

"अरे.. पण मला देयाचे होते काहीतरी तुम्हाला... तसं पण मला , मुलींना कोणतं गिफ्ट देयाचे असते ते माहित नाही... मला कॅमेरा बाबत माहिती आहे...तुम्हीही एकदा बोलला होता, मला कॅमेरा घेयाचा आहे... म्हणून गिफ्ट दिलं.... घ्या ना... ",

"तुम्ही आधीच खूप काही दिलं आहात मला ... त्या प्रवासात.. ",

"तुम्हाला घ्यावंच लागेल गिफ्ट... " सुप्री नाहीच म्हणत होती.

"ठीक आहे... मला काहीतरी सांगायचे होते... ते सांगतो आणि निघतो मी... " आकाश जरा गंभीर होतं म्हणाला.

" मग मलाही काही बोलायचं आहे...तुम्ही आधी बोला. " आकाश कपडे नीट करत उभा राहिला. सुप्रीला उभं राहण्यास सांगितलं.

" गेल्या काही दिवसांपासून... खूप बदललो आहे मी... thanks to you ...तुमच्यामुळे एवढ्या लोकांबरोबर ओळख झाली... तुमच्यामुळे एका वेगळ्याच जगाचा शोध लागला मला... तर... " आकाश बोलता बोलता थांबला.

" तर ... काय ? ", सुप्रीला उत्सुकता निर्माण झालेली...

" मी एकटाच फिरत असतो ... आई बोलली , कोणीतरी पार्टनर बघ आता... " ,

"असं आहे तर.. तुम्हाला helper पाहिजे आहे का ? " सुप्री म्हणाली.

" तसं नाही.. तुम्हाला फोटोग्राफी शिकायची आहे ना.. मी शिकवीन... मला आता माझ्याबरोबर कोणीतरी हवं आहे... " आकाश अडखळत बोलला.

" कळलं.. म्हणजे तुम्हाला जोडीला नवीन फोटोग्राफर पाहिजे आहे... " सुप्रीला सगळं कळत होतं, तिलाही तेच हवं होतं ना.. मुद्दाम ती तसं न समजण्याचे नाटक करत होती. आकाशला काय बोलावं ते कळत नव्हतं.. शेवटी पुन्हा बोलला...

" डायरेक्ट विचारतो... सुप्री... तुझ्यामुळे मी खूप बदललो,..... तुझी सवय झाली आहे मला... आणि आता तुझ्याशिवाय जमणारच नाही मला.. मी तुझ्या प्रेमात पडलो आहे... will you marry me ? " आकाश गुढघ्यावर बसला आणि तोच कॅमेरा हातात घेऊन त्याने सुप्री समोर धरला. " एवढंच बघितलं आहे मी movie मध्ये... पुढे काय करतात माहित नाही.. आणि लवकर निर्णय घे... पाय दुखायला लागला.. " आकाश बोलला. सुप्रीला हसू आलं... डोळ्यात आनंदाश्रू... ते थांबवत , आकाशला उभं राहायला सांगितलं... कॅमेरा हातात घेतला आणि आकाशच्या गळ्यात, लग्नात हार घालतात तसाच घातला. " हो... " म्हणाली आणि त्याला मिठी मारली.

how romantic !!!! movie मधल्या लव्ह सीन सारखं... सुप्री अजून रडत होती. मिठी सोडवत आकाशने तिथे डोळे पुसले.

" रडतेस का... ",

"असंच... तुम्हाला नाही कळणार... ",

"आता तरी एकेरी नावाने बोल.. ",

" लग्नानंतर आमच्याकडे.. नवऱ्याला ... एकेरी बोलत नाहीत.. " सुप्री हसत म्हणाली. दोघेही हसू लागले. सुप्रीने पुन्हा मिठी मारली आकाशला. तेव्हा कोणीतरी खोकल्याचा आवाज केला. दोघांचे लक्ष त्या दिशेला गेलं. बघते तर संजना.. सोबत त्या प्रवासाचा सगळा ग्रुप... सगळे टाळ्या वाजवू लागले. संजना पुढे आली.

" मला वाटलंच होतं... तू काय त्या हॉटेल मध्ये जाणार नाहीस आणि याला पण सोबत घेऊन येणार... म्हणून बघायला आले दोघांना... काय आकाश.. कशी वाटली आमची पोरगी... आवडली ना... कोणीही प्रेम करावं अशी आहे ती.. बरोबर ना आकाश.. " सुप्रीने धावत जाऊन मिठी मारली संजनाला.

" तुम्हाला माझं नाव कसं माहित... सुप्री बोलली का... ",

" नाही... मला माहित होतं... आणि आता या सगळ्यांना... कळलं.." आकाश छान हसत होता. सगळ्यांना भेटून घेतलं. एवढ्या दिवसांनी पुन्हा एकत्र होते सगळे.

" बरं.... आता जमलंच आहे तुमचं ... तर... जास्त बाहेर फिरायचं नाही... म्हणजे जंगलात वगैरे... नाहीतर हिला सोबत घेऊन जा... थोडी वेडी आहे... पण आपलीच आहे ती... " संजना सुप्री बद्दल बोलत होती. सुप्रीने संजनाचा गाल-गुच्चा घेतला. सगळे त्या दोघांसाठी आनंदी होते. छान झालं सगळं... सुप्री आनंदात होती.. आकाश सोबत...

संजनाने सगळ्याकडे बघितलं... आणि आकाशला उद्देशून म्हणाली... " काय मग मिस्टर A.... निघायचं का पुढच्या प्रवासाला... " आकाशने हसून मान हलवली. सुप्रीचा हात हातात घेतला आणि सगळे एकत्र चालत निघाले.

छान झालं ना सगळं.... happy , happy...... सुप्रीला तिच्या मनातला जोडीदार मिळाला. आकाशचं एकटेपण नाहीस झालं. संजनाला अजून एक मित्र भेटला. आणि त्या सर्व ग्रुपला आपापले मित्र.... त्या एका प्रवासाने सगळ्यांना एकत्र आणला होते... मनापासून जवळ... अनोळखी व्यक्ती एकत्र आल्या होत्या. सगळा ग्रुप मिळून आणखी प्रवासाच्या योजना करतील सुद्धा...

पण आकाश आणि सुप्रीचा प्रवास आधीच सुरु झाला होता... सुखाचा प्रवास...

आयुष्याची भटकंती... वेगळीच भटकंती...

आणि सुरुवात एका गोड प्रवासाची.......

-: समाप्त :-

===